நான் ஒரு ட்ரால்

பிஜேபி டிஜிட்டல் ராணுவத்தின் ரகசிய உலகத்திற்குள்ளே

சமூக வலைதளங்களில் ஒருவரைக் கடுமையாகவும் மோசமாகவும் வசைபாடியோ, அவரைத் தூண்டிவிடும் விதத்திலோ பதிவிடுவதைக் குறிக்கும் சொற்கள்தான் ட்ரால், ட்ராலிங் என்பவை. இப்படிப் பதிவிடுபவர் ட்ரால், ட்ராலர் என்று அழைக்கப்படுகிறார்.

நான் ஒரு ட்ரால்

பிஜேபி டிஜிட்டல் ராணுவத்தின் ரகசிய உலகத்திற்குள்ளே

ஸ்வாதி சதுர்வேதி

தமிழில்:

இரா. செந்தில்

எதிர் வெளியீடு

நான் ஒரு ட்ரால்
பிஜேபி டிஜிட்டல் ராணுவத்தின் ரகசிய உலகத்திற்குள்ளே
ஸ்வாதி சதுர்வேதி
தமிழில்: இரா. செந்தில்

முதல் பதிப்பு: ஜூலை 2018

எதிர்வெளியீடு,
96, நியூ ஸ்கீம் ரோடு, பொள்ளாச்சி - 642 002.
தொலைபேசி: 04259 - 226012, 99425 11302.

விலை: ரூ. 200

I Am a Troll
Inside the Secret World of the BJP's Digital Army
Author: Swati Chaturvedi

Copyright © Swati Chaturvedi 2016
First Published in the English Language in India By Juggernaut Books

Tamil Edition Copyright © with Ethir Veliyeedu.

Translated by: R. Senthil

First Edition: July 2018

Published by
Ethir Veliyeedu, 96, New Scheme Road, Pollachi - 2.
email: ethirveliyedu@gmail.com
www.ethirveliyeedu.com

Cover Design: Santhosh Narayanan
ISBN : 978-93-87333-27-7
Printed at Jothy Enterprises, Chennai.

All rights reserved. No part of this book may be reprinted or reproduced or utilised in any form or by any electronic, mechanical or other means, now known or hereafter invented, including photocopying and recording, or in any information storage or retrieval system, without permission in writing from the Publisher.

என் பெற்றோர்,
நிஷா மற்றும் கோபால் சதுர்வேதி ஆகியோருக்கு
நேசத்துடனும் நன்றியுடனும்.

பொருளடக்கம்

அறிமுகம் ... 9

1. *'பிரதமர் மோடி பின்தொடர ஆசீர்வதிக்கப்பட்டோர்' ... 17*
2. *பிஜேபி தொடர்பு ... 45*
3. *நான் ஒரு ட்ரால் ... 73*
4. *மற்ற சில டிரெண்டுகள் ... 87*
5. *வேர்களை நோக்கி: ஆர்எஸ்எஸ் தொடர்பு ... 111*
   முடிவுரை ... 123

   பின்னிணைப்பு 1 ... 127
   பின்னிணைப்பு 2 ... 129
   படிப்பதற்கான பரிந்துரைகள் ... 142
   நன்றிகள் ... 143

அறிமுகம்

நான் ஒரு புலனாய்வு பத்திரிக்கையாளர். கருத்து சுதந்திரம்தான் என்னுடைய வாழ்வாதாரம். கடந்த வருடங்களில் மற்ற சில இந்திய பத்திரிக்கையாளர்களைப் போன்றே என் மீதும் அதிகாரப்பூர்வ ரகசியங்கள் சட்டத்தின் (Official Secrets Act) கீழ் இந்திய அரசாங்கம் எனக்கு எதிராகவும் சில வழக்குகளைப் பதிவு செய்திருக்கிறது. நான் அவற்றிற்கு எதிராக, நான் பணிபுரிகின்ற பதிப்பகங்களைப் போன்றே பெருமிதத்துடன் எதிர்த்துப் போராடி வருகிறேன்.

2015, ஜுன் *10*-ஆம் தேதியன்று தெற்கு டெல்லியின் வஸந்த் விஹார் காவல் நிலையத்தில் ஒரு அநாமதேய டிவிட்டர் பக்கமான @lutyensinsider-க்கு எதிராக நான் ஒரு எஃப்ஐஆர் பதிவு செய்தேன். இந்த @lutyensinsider *40,000*-க்கும் மேற்பட்ட பின்தொடர்பவர்களைக் கொண்டிருக்கிறது என்பதுடன் நான் ஒரு அரசியல்வாதியுடன் பாலியல் உறவு கொண்டிருப்பதாகக் குற்றம்சாட்டுகின்ற வகையிலான, விஷமத்தனமான பிரச்சாரத்தை ஆறு மாதங்களுக்கும் மேலாக என்னைப் படிப்படியாகக் குறிவைத்து தாக்குதல் நடத்தியிருக்கிறது.

ஒவ்வொரு நாளும் என்னுடைய ‘விலை’ என்ன என்றும், ‘நேற்றிரவு அற்புதமான பிட்டப் புணர்ச்சி’ என்பது பற்றியும் ஆலோசிக்கின்ற, ஒரு கற்பிதமான சந்திப்பிடத்தில் நான் ‘தீரா காமவெறிபிடித்தவளாக, எவ்வளவு இன்பம் பெற்றாலும் போதாமல் மேற்கொண்டு பாலுறவில் ஈடுபடக் கெஞ்சுகிறவள்’ எனும்படியாக நூற்றுக்கணக்கான கேள்விக் குறிப்புகளுடன்தான் நான் எழுந்திருக்க வேண்டியிருக்கும். ஆம், ஒரு பொது ஊடகத்தில் என்னுடைய சந்ததியினர் குறித்து நான் இப்படித்தான் விவரிக்கப்பட்டேன். என்னுடைய இருபது வருட தொழில்முறை வாழ்க்கை - நான் ரொம்பவும் பெருமைப்படுவது - இப்படித்தான் அவதூறுக்கு ஆளானது.

இந்த எல்லாத் தாக்குதல்களிலுமே ஒரு அடிப்படை குணாதிசியம் இருந்தது. ஒரு நிருபராக இத்தனை வருடங்களில் நான் எதிர்கொண்டிராத ஒரு வெறுப்புக்குரிய பாலியல் அம்சம்தான் அது. என்னுடைய காலைப்பொழுதுகள் கோபத்தாலும், சோர்வினாலும் நிரம்பின. சில நேரங்களில் குமட்டிக்கொண்டும் வரும். இந்தத் தாக்குதல்கள் எல்லாமே தனிப்பட்ட முறையிலானவைதான். ஆறு மாதங்களுக்குப் பின்னர் எனக்கு இவை எல்லாமே போதும் போதும் என்றாகிவிட்டது.

நான் அளித்த கிரிமினல் புகாரானது ஒரு இந்திய நிருபரால் பதிவு செய்யப்பட்டதிலேயே முதலாவது வகைப்பட்ட வழக்கு. அதனை மறைமுகமாகப் பின்தொடரப்படுதல், பாலியல் துன்புறுத்தல், இணையதளம் வழியாக ஆபாசமான கருத்துகளை பரப்பி ஒரு பெண்ணின் மதிப்பை சீர்குலைத்தல் ஆகிவற்றை குறிப்பிடும் இந்திய குற்றவியல் சட்டத்தின் பிரிவுகளில் நான் பதிவு செய்திருந்தேன். அதன் விளைவு துரிதகதியில் நடந்தேறியது. தேசிய மற்றும் சர்வதேச அளவில் பரவலான ஊடக கவனிப்புக்கு இடையில் அவமதிப்பு மற்றும் துன்புறுத்தலுக்காக அந்தக் கணக்கை டிவிட்டர் முடக்கியது. அத்துடன் அது டெல்லி காவல்துறைக்கு அந்த அநாமதேய அவமதிப்பாளரின் ஐபி முகவரியையும், மின்னஞ்சல் முகவரியையும் கொடுத்தது. துரதிர்ஷ்டவசமாக, அரசாங்கத்தில் அந்தக் குற்றவாளிக்கு சக்திவாய்ந்த பின்னணி இருந்ததால் இப்போதுவரை எந்தக் கைதும் மேற்கொள்ளப்படவில்லை.

என் மீது தாக்குதல் நடத்தியவர் @lutyensinsider மட்டும் அல்ல. 'நிர்பயா பாணியில்' பாலியல் பலாத்காரம் அல்லது 2016 ஜூலை மாதம் இளம் தீவிரவாதி புர்கான் வாணியின் மரணத்திற்குப் பின்னர் காஷ்மீரில் பெல்லட் துப்பாக்கியால் சுட்டு குருடாக்கிவிடும் விஷயத்தைப் பற்றி நான் வாய்திறக்காமல் இருக்க 'ஒரு ஏகே-47' துப்பாக்கி குண்டு' என்பன போன்றவை என்னுடைய டிவிட்டர் கணக்கில் தினமும் வந்துசேருகின்ற தகவல்கள். நான் மட்டுமல்ல; வேறு பல நிருபர்களும், குறிப்பாக சுதந்திர அரசியல் அபிப்பிராயம் கொண்ட, அரசாங்கத்தின் கொள்கைகள் குறித்து கேள்வி எழுப்புகிற பெண்கள் எல்லோருமே தொடர்ந்து ஒருவித வன்முறையான, பாலியல் குறிப்புகள் நிரம்பிய, வலதுசாரி ட்ரால்களால் துன்புறுத்தலுக்கு ஆளாகிக்கொண்டுதான் இருக்கிறார்கள்.

இணையதள ட்ரால்கள் என்போர் எரிச்சலூட்டக்கூடிய கருத்துகளையும் படங்களையும் பதிவிட்டு விவாதத்தை

தொடங்குவதற்கோ அல்லது மற்றவர்களை வருத்தப்பட வைப்பதற்காகவே இணையதளத்தில் பரவிக்கிடக்கும் முரண்பாட்டாளர்கள். ஆன்லைன் உலகில் அவர்கள் அடியாட்கள். இந்தியாவைப் பொறுத்தவரையில், ஆன்லைன் ட்ரால்கள் வழக்கமாக இந்து வலதுசாரி கண்ணோட்டங்களைக் கொண்டிருப்பவர்கள் என்பதுடன் அதிகமும் தேசியவாதம் பேசுகிறவர்களாக இருப்பார்கள். அவர்கள் அரசாங்கத்திற்கு எதிராக, பாரதீய ஜனதா கட்சி அல்லது தேசத்திற்கு எதிரானவர்களாக தோன்றக்கூடிய எவரையும் தாக்க முனைபவர்கள். இவர்களில் சிலரை பின்தொடர்கிறவர்கள் பெரும் எண்ணிக்கையில் இருப்பார்கள். தங்களுடைய முகப்பு பக்கத்தில் இவர்கள் வழக்கமாக ஹிந்து கடவுளர்களையோ அல்லது டிவிட்டர் முட்டையையோதான் வைத்திருப்பார்கள். மற்றவர்கள் தங்களைப் பின்தொடர்பவர்களின் எண்ணிக்கையை அதிகரித்துக்கொள்ள அழகான பெண்களின் படங்களை முகப்புப் பக்கத்தில் வைத்திருப்பார்கள். அதனால் நீச்சல் உடையில் இருக்கும் 'சோனம்' என்றழைக்கப்படும் பயனர் முஸ்லீம்களுக்கு எதிரான வெறுப்பை டிவீட் செய்வதை நீங்கள் பார்த்திருக்கலாம். இந்த ட்ரால்கள் பெரும்பாலும் அநாமதேயர்களாகத்தான் இருப்பார்கள். இருந்தாலும், சிலர் அப்படி அல்லாமல், அவ்வப்போது பிரதமர் நரேந்திர மோடி உள்ளிட்ட உயர்மட்ட பிஜேபி உறுப்பினர்களை பின்தொடர்பவர்களாகவும் இருப்பார்கள் (பார்க்க அத்தியாயம் 1).

பின்னவர்கள் குற்றச்சாட்டை வழிநடத்த முனைபவர்களாக இருப்பார்கள். உங்களை அவர்கள் துன்புறுத்தத் தொடங்கியவுடனே ஒரு பெரும் அநாமதேய ட்ரால்கள் அவர்களுடைய தடத்தைப் பின்தொடர்வார்கள். ஒன்று அவர்கள் அந்த அசல் துன்புறுத்தலை திரும்பச் சொல்வார்கள் அல்லது அதனுடன் வேறு எதையாவது சேர்ப்பார்கள். இந்த அநாமதேய கூட்டம் உச்சகட்ட பாலியல்ரீதியான செய்திகளை பெண்களை நோக்கி டிவீட் செய்வார்கள், ஆபாசமான செய்திகளுடன் பாலுறுப்பு மயிர்க்கற்றைகள் கொண்ட படங்களை அனுப்புவார்கள். தாக்குதலுக்கு ஆளாகுபவர்கள் மிகவும் பிரபலமானவர்களாக இருந்துவிட்டால் அந்த துன்புறுத்தலும் படுமோசமாக இருக்கும். பிரபலமான தொலைக்காட்சி நிருபர்களான பர்க்கா தத் மற்றும் ராஜ்தீப் சர்தேசாய் போன்றவர்கள் இந்தக் கும்பலால் அதிகம் குறிவைக்கப்படுகிறவர்கள் ஆவர். சிலநேரங்களில், பிற ஊடகங்கள் வழியாக இந்த ரத்த வெறியாட்டத்தில் சேர்ந்துகொள்வதற்காக அருவருக்கத்தக்க ட்ரால்களைப் பெறுவதற்கு மொபைல் எண்கள்கூட

வாட்ஸ்அப்பில் பகிரப்படும். 'sickular presstitute' போன்ற அவதூறுகள் இப்போது வழக்கமான ஒன்றாகியிருக்கின்றன.

சமீபத்தில், பாகிஸ்தானி பாடகர்களுக்கு பாலிவுட்டில் தடை விதிப்பதற்கான பிரச்சாரம் மேற்கொண்டு பிரபலமான பின்னணி பாடகர் அபிஜீத், சென்னையில் இன்போசிஸ் ஊழியர் சுவாதி கொலை செய்யப்பட்டதை 'லவ் ஜிகாதிற்கு' உதாரணம் என்று அவருடைய சரிபார்க்கப்பட்ட டிவிட்டர் கணக்கில் கூறியிருக்கிறார். சுவாதி உண்மையில் காதல் புறக்கணிப்பிற்கு ஆளான ஹிந்து ஒருவரால்தான் கொல்லப்பட்டார். அவரும் பின்னாளில் தற்கொலை செய்துகொண்டுள்ளார்.

ஒரு சரிபார்க்கப்பட்ட டிவிட்டர் நிர்வகிப்பு என்பதற்கு அதிகாரப்பூர்வ அரசாங்க கணக்குகள், பிரபலங்கள், உலகத் தலைவர்கள் மற்றும் நிருபர்களுக்கு டிவிட்டரால் மிகவும் விரும்பத் தகுந்தது என்ற முத்திரை வழங்கப்படுகிறது. இது அடிப்படையிலேயே உங்களுடைய கணக்கு சந்தேகத்திற்குரியது அல்ல என்பதைத்தான் குறிப்பிடுகிறது - உங்களுக்கு போலி நிர்வகிப்பு இல்லை, நீங்கள் டிவிட்டரால் சரிபார்க்கப்பட்டிருக்கிறீர்கள் என்பதுடன் உங்கள் உலகத்திற்குள் நீங்கள் ஒரு செல்வாக்கு மிக்கவரும் ஆவீர்கள். இதேபோல், இந்த நிகழ்முறையின் ஒரு பகுதியாக அரசாங்கம் வழங்குகின்ற அடையாள அட்டைகளையும் டிவிட்டர் சரிபார்க்கிறது. மோசமான ஆன்லைன் நடத்தை என்று வரும்போது அந்த நீலநிற சரிபார்ப்பு குறியீட்டையும் அதனால் நீக்கிவிட முடியும்.

சமூக வெறுப்புணர்வை உருவாக்க முனையும் சரிபார்க்கப்பட்ட டிவிட்டர் பயனர்களால் பயன்படுத்தப்படும் பொய்கள்தான் எப்போதுமே என்னை ஆழமாக தொந்தரவு செய்கிறது. இது அவர்களுக்கு ஒரு பெரிய ஒலிபெருக்கியையும், பிரதான நேரத்து தொலைக்காட்சி நிகழ்ச்சியையும் கொடுப்பதைப் போன்றதுதான். அதனால்தான் நான் அபிஜீத்தின் பொய்யை கலவரத்தை உருவாக்குவதற்கு சாத்தியம் உள்ள ஒன்று என அழைக்கிறேன். அவர் வசைமாரி பொழிவதுடன் அச்சிட முடியாத ஆபாசங்களையும் பதிவேற்றுகிறார். இதனைத்தான் அநாமதேய டிவிட்டர் நிர்வாகிகளுக்குப் பின்னால் பதுங்கியிருக்கும் கும்பல் விஷமத்தனமான ட்ரால் மூலம் பின்தொடர்கிறது. நான் மற்றொரு காவல்துறை வழக்கையும் பதிவு செய்தேன். இதில் தலையிட்ட பெண்கள் மற்றும் குழந்தைகள் மேம்பாட்டு அமைச்சர் மேனகா

காந்தி #IAmTrolledHelp என்று ஒரு பிரத்யேக ஹெல்ப்லைனை நிறுவ முடிவெடுத்திருப்பதாக கூறியிருக்கிறார்.

ஆனால், இவையெல்லாம் மாறும்வரையில் என்னால் காத்திருக்க முடியாது. சொல்லப்போனால், உத்திரப்பிரதேசம் தாத்ரியில் மாட்டுக்கறி வைத்திருந்தார் என்று குற்றம் சாட்டப்பட்டு 2015 செப்டம்பர் மாதம் முகம்மது அக்லாக் என்பவர் தூக்கில் தொங்கவிடப்பட்டு கொலை செய்யப்பட்டதற்கு பின்னர், சமூக உணர்வுகளை தூண்டுவதற்கென்றே வடிவமைக்கப்பட்ட போலிப் படங்களை பகிர்ந்துகொண்ட டிவிட்டர் பயனர்களுக்கு எதிராக இன்னும் எந்த நடவடிக்கையும் எடுக்கப்படவில்லை.

சுதந்திரப் பேச்சு சட்டங்களுக்கு கலங்கரை விளக்கமாக இருக்கும் அமெரிக்காவில், சமூக ஊடகங்களில் வன்முறையான அச்சுறுத்தல்களைப் பெற்ற மக்களின் குற்றச்சாட்டுகள் அடிப்படையில் ஒவ்வொரு வருடமும் ஆயிரக்கணக்கானோர் கைதுசெய்யப்படுகிறார்கள் - நீதிமன்றங்களும் இந்தக் குற்றச்சாட்டுகள் 'நடவடிக்கை எடுக்கத் தகுந்தவை' என்ற நிலைப்பாட்டைக் கொண்டிருக்கின்றன. வெறுப்புப் பேச்சு, குறிவைத்துத் துன்புறுத்துதல், பாலியல் பலாத்காரம் செய்யப்படுவதாக அந்த தாக்குதலை கிராபிக் முறையில் வடிவமைத்து அச்சுறுத்துதல், வன்முறையைத் தூண்டுதல் என இவையெல்லாமே 'நடவடிக்கை எடுக்கத் தகுந்தவைதான்'. ஆனால் நம்முடைய காவல்துறைதான் நடவடிக்கை எடுப்பதில்லை. இந்த விஷயத்திற்கு பதிலளிக்கும் வகையில் ஒரு தேசிய தொலைக்காட்சியில் பேசிய அபிஜீத் 'main sabko dekh loonga' [எல்லோரையும் நான் பார்த்துக்கொள்கிறேன்] என்று வெளிப்படையாகவே மிரட்டல் விடுக்கிறார். வழக்கு பதிவு செய்ததை தவிர காவல்துறையால் எதுவும் செய்ய முடியவில்லை.

என்னுடைய அனுபவங்களும், என்னுடைய சக குடிமக்களின் அனுபவங்களும் இந்த விசாரணைக்கு உந்துதலாக இருக்கின்றன. எனக்குள்ள நிறைய கேள்விகளுக்கு பதில்கள் வேண்டும். தவறான பெயர்களுடன், போலிப் புகைப்படங்களுடன் இருக்கும் இந்த ட்ரால்கள் யார்? அவர்கள் எங்கிருந்து வருகிறார்கள்? அவர்கள் இதையெல்லாம் ஏன் செய்கிறார்கள்? அவர்கள் ஒன்றாக இணைந்து செயல்படுகிறார்களா அல்லது தன்னிச்சையாக செயல்படுகிறார்களா? அவர்கள் பிஜேபி மற்றும் பிரதமர் மோடியின் ரசிகர்கள் மட்டும்தானா அல்லது அந்தக் கட்சியுடன் முறைப்படி தொடர்புள்ளவர்களா?

இந்தக் கேள்விகள் முன்னெப்போதையும்விட மிகவும் அவசரகதியானதாக தோன்றுகிறது. ஒருவருடைய ஆன்லைன் வெறுப்பு பேச்சுக் கலாச்சாரம் என்பது நிஜ உலகத்திற்கும் பரவிவிடுகிறது. வெளியுறவுத்துறை யூனியன் அமைச்சரும் முன்னாள் ராணுவத் தலைவருமான வி.கே.சிங் தன்னைக் கேள்வி கேட்கும் முன்னணி பத்திரிக்கையாளர்களைக் குறிப்பிடுவதற்கு 'sickular presstitute' என்ற பதத்தை பயன்படுத்தினார். பிறகு அந்த சொற்பதமானது பிஜேபி அமைச்சர்களிடையேயும், ஆன்லைன் வலதுசாரி ட்ரால்களுக்கிடையேயும் வைரலாகிவிட்டது. இதன்பிறகு, பிஜேபி துணைத்தலைவரான தயாசங்கர் சிங் நான்குமுறை உத்தரப்பிரதேச முதலமைச்சராக இருந்த மாயாவதியை 'ஒரு விலைமாதுவைக் காட்டிலும் மோசமானவர்' என்று கூறியிருக்கிறார். தேர்தல் அவசரநிலையும், நாடாளுமன்றத்தில் எழுந்த கூட்டான எதிர்ப்புக்குரல்களும் அவரைக் கட்சியில் இருந்து ஆறு வருடங்களுக்கு நீக்கி வைக்க அந்தக் கட்சியை கட்டாயப்படுத்தியது.

வார்த்தைகள் என்பவை எப்போதுமே வெறும் வார்த்தைகள் அல்ல. அவை செயல்களை, கலவரங்களை, வன்முறையை அதிகப்படுத்தும். 2016-ஆம் ஆண்டு ஹோலி பண்டிகையின்போது, டெல்லியில் நடந்த டாக்டர் பங்கஜ் நரங்கின் கொலையை எடுத்துக் கொள்வோம். ராகுல் ராஜ் என்பவர் (@bhak_sala என்ற நிர்வகிப்பின் கீழ் டிவீட் செய்கின்ற, பிரதமர் மோடி உட்பட 77,900 பேர்களால் பின்தொடரப்படுகிறார்) அந்த டாக்டர் முஸ்லீம்களால் கொல்லப்பட்டார் என்றும், ஊடகம் இந்த செய்தியை மூடி மறைக்கிறது என்றும் டிவீட் செய்தார். எந்த ஒரு கலவரங்களும் வெடித்துவிடும் முன்னரே இது ஒரு வடிகட்டிய பொய் என்று கூறி டெல்லி காவல்துறை ஒரு விரைவான தெளிவுபடுத்தல் அறிக்கை வெளியிட்டது. ஆனால், இப்படித் தூண்டியதற்காக இந்த நிர்வகிப்புக்கு எதிராக எந்த நடவடிக்கையும் எடுக்கப்படவோ அல்லது அந்த தனிநபருக்கு எதிராக வழக்கு பதிவு செய்யப்படவோ இல்லை. அந்த நிர்வகிப்பை நான் கண்டுபிடித்தேன். அதன் உரிமையாளர் நோவார்டிஸ் என்ற பன்னாட்டு மருந்து நிறுவனத்தில் மேலாளராக வேலை செய்கின்ற பெங்களூரைச் சேர்ந்தவர் என்பதுடன் அவர் OpIndia என்ற பெயரில் வலதுசாரி பிரச்சார வலைத்தளம் ஒன்றையும் நடத்திக் கொண்டிருக்கிறார். நோவார்டிஸ் என்னுடைய கேள்விகளுக்கோ அல்லது பிற பயனர்களால் சமூக ஊடகத்தில் எழுப்பப்பட்ட கேள்விகளுக்கோ பதிலளிக்கவில்லை. ராஜூம்கூட தன்னுடைய டிவீட்களை அழித்துவிட்டார். அவருடைய

செய்திகளை மறு டிவீட் செய்த, அவற்றை அந்நேரத்தில் விமர்சித்திருந்த நிர்வகிப்புகளின் கணினி திரைக்காட்சிகளை பதிவு செய்திருக்கிறேன்.

டாக்டர் நரங்கின் கொலை குறித்து டிவீட் செய்த ராகுல் ராஜுக்கு (bhak_sala) தரப்பட்ட பதில்.

இந்த வருட ஆரம்பத்தில், பிஜேபி எம்பி ஹகும் சிங், முஸ்லீம்களால் மேற்கு உத்திரப்பிரதேசத்தின் கைரானாவில் உள்ள ஹிந்துக்களில் பெரும்பாலானோர் குறிவைக்கப்படுவதால் அவர்கள் அங்கிருந்து வெளியேறிக் கொண்டிருக்கிறார்கள் என்று கூறியிருக்கிறார். சிங் சொன்னது தவறு என நிரூபிக்கப்பட்டாலும், தேசிய மனித உரிமைகள் ஆணையம் குறுக்கிடும்வரை இரண்டு வாரங்களுக்கு அது தொடரவே செய்தது. இதுபோன்ற விஷயங்கள் பல நாட்கள் மற்றும் வாரங்களுக்கு டிவிட்டரில் தொடர்ச்சியாக டிரெண்டாகி வருவது இயல்பானது அல்ல என்பதும் கவனிக்கத்தக்கது. உத்திரப்பிரதேச அரசியலின் தகிப்பில், குறிப்பாக தேர்தலுக்கு முன்பாக இத்தகைய கிசுகிசுப்புகளால் நீடித்த சேதத்தை ஏற்படுத்திவிட முடியும்.

இந்த விஷயங்கள்தான் ஒரு விரிவான ஆய்வு மேற்கொள்ள எனக்கு உந்துதலாக அமைந்தன. ஏறக்குறைய இரண்டரை வருடங்களுக்கு முன்னர் பிரதமர் மோடியின் அரசாங்கம் சத்தியப்பிரமாணம் எடுத்துக்கொண்ட பின்னர், உலகின் மிகப்பெரிய ஜனநாயகமானது ட்ரால்களை பின்தொடர்வதையும் அவற்றிற்கு வசதி ஏற்படுத்தி தருவதையும் அச்சமூட்டும் ஈர்ப்புடன்தான் கவனித்து வருகிறேன். அதேநேரத்தில், வலதுசாரி துன்புறுத்தல் மற்றும் தாக்குதல்களின் ஆன்லைன் கலாச்சாரம் நிதானமாக பெருகிக்கொண்டுதான் இருக்கிறது.

இந்த விசாரணைக்கு ஏறக்குறைய எனக்கு இரண்டு வருடங்கள் பிடித்தன. அத்துடன், இதில் சம்பந்தப்பட்ட உண்மையான ட்ரால்கள், பிஜேபி மற்றும் ஆர்எஸ்எஸ் தலைவர்கள், எதிர்க்கட்சித் தலைவர்கள் மற்றும் அரசாங்க அமைச்சரவைகளில் வேலைசெய்யும் அதிகாரவர்க்கத்தினர் மற்றும் அதிகாரிகளையும் சந்தித்திருக்கிறேன். பொய்களை நாம் அக்கறையின்றி பயன்படுத்துவது மற்றும் ஆன்லைன் வெறுப்பைப் பற்றி நாம் அதிகம் கவலைப்பட வேண்டியிருக்கிறது என்பதைத்தான் இது எனக்கு உணர்த்தியுள்ளது - அதிலும் முக்கியமாக, சில முக்கியமான ஆளும்கட்சித் தலைவர்கள் இதை ஒரு அரசியல் கருவியாக பயன்படுத்துகின்ற முறை மிகவும் பதட்டப்பட வைக்கிறது. நீங்கள் பொய்களைப் பரப்பவும், ஆன்லைன் வன்முறையை வளர்த்தெடுக்கவும் செய்கிறீர்கள் என்றால் நிஜ உலகத்தில் உங்களுடைய நடத்தையைப் பற்றி அவை என்ன சொல்லும்? இந்தியாவின் உரையாடல்களில் இருந்து இத்தகைய தொந்தரவுபடுத்தும் தவறான வரிகளை என்னால் காணவே முடிந்ததில்லை.

1
'பிரதமர் மோடி பின்தொடர ஆசீர்வதிக்கப்பட்டோர்'

பிரதம மந்திரி நரேந்திர மோடி அப்போது பதவியில் இருந்த அமெரிக்க அதிபர் பாரக் ஒபாமாவுடனான தனது நட்புறவு குறித்து மிகுந்த பெருமை கொண்டவர். பாரக் ஒபாமாவோ அல்லது இங்கிலாந்து பிரதமர் தெரெஸா மேவோ, ஜெர்மன் பிரதமர் ஏஞ்சலா மெர்கலோ அல்லது பிரான்ஸ் அதிபர் பிரான்கோ ஹோலந்தேவோ சமூக ஊடகத்தில் தூற்றுநர்களை பின்தொடர்பவர்கள் என்பதை உங்களால் கற்பனை செய்ய முடிகிறதா?

பிரதமர் மோடி 2009-இல் டிவிட்டரில் இணைந்தார், தன்னுடைய தனிப்பட்ட வலைத்தளத்தை 2005 பிப்ரவரியில் அமைத்துக்கொண்டார். அவருடைய பிஜேபி கட்சிதான் சமூக ஊடகம் மற்றும் இணையத்தின் சக்தியைப் பற்றி புரிந்துகொண்ட முதல் இந்தியக் கட்சி. கட்சியின் வலைத்தளத்தை 1995-இல் அமைத்த அவர்கள் தொண்ணூறுகளின் ஆரம்பத்திலேயே இணையத்தள ஷாகாக்களை அமைக்கச் சென்ற ராஷ்ட்ரீய ஸ்வயம்சேவக் சங்கால் (ஆர்எஸ்எஸ்) பயிற்சி அளிக்கப்பட்டவர்கள் (இவை பற்றி மேலும் அதிகமாக பின்னர் பார்க்கலாம்).

இதற்கு முரணாக, 2005 ஆண்டில்தான் தன்னுடைய அதிகாரப்பூர்வ வலைத்தளத்தை இந்திய தேசிய காங்கிரஸ் அமைத்துக்கொண்டது. காங்கிரஸ் துணைத்தலைவர் ராகுல் காந்தியேகூட 2015 ஆண்டில்தான் டிவிட்டரில் இணைந்தார். சமூக ஊடகத்தில் வலுவாக இருந்துவரும் ஆம் ஆத்மி கட்சி 2012 நவம்பரில்தான் தொடங்கியது. அது தன்னுடைய வலைத்தளத்தை அதற்கு இரண்டு மாதங்களுக்கு முன்னர் செப்டம்பரில்தான் பதிவு செய்துகொண்டது.

திரு. மோடியை டிவிட்டரில் 21.6 மில்லியன் (2 கோடியே பதினாறு லட்சம்) பேர் பின்தொடர்கிறார்கள், அவர் 1,375 பேரை பின்தொடர்கிறார். தகவல் அறியும் உரிமை மனுவின் பேரில் பிரதமரின் நிர்வகிப்புகளான @Narendramodi மற்றும் @PMO ஆகியவற்றை பிரதம மந்திரியே நிர்வகிக்கிறார் என்று பிரதம மந்திரி அலுவலகம் தெரிவித்திருக்கிறது. அவருடன் வழக்கமாக ஒருங்கிணைபவர்கள் (பிரதம மந்திரி அலுவலக அதிகாரிகள்,

பிஜேபி தலைவர்கள் போன்றோர்) இந்த விஷயத்தில் அவர் மிகுந்த ஆர்வம் கொண்டிருக்கிறார் என்பதுடன் சமூக ஊடகத்தை கவனமாக கண்காணிக்கிறார் என்று குறிப்பிடுகின்றனர்.

இது திரு. மோடிக்கு இருக்கும் ஆற்றலின் அளவைக் கண்டு ஒருவரை பெரும் மன எழுச்சி பெறவைக்கலாம், ஆனால் இதுவே மற்றொரு இருளார்ந்த கேள்விக்கும் வழிவகுக்கிறது. உலகத் தலைவர்களிலேயே இந்தியப் பிரதமர் மட்டும் ஏன் தன்னுடைய நாட்டின் மோசமான ஆன்லைன் தூற்றுநர்களை பின்பற்றுகிறார்? மோடி பின்தொடரும் நிர்வகிப்புகளில் இருபத்தி ஆறு கணக்குகள் வழக்கமாகவே பாலியல் துன்புறுத்தலை ஏற்படுத்தவும், கொலை மிரட்டல் விடுக்கவும், மற்ற கட்சிகளைச் சேர்ந்த அரசியல்வாதிகள் மற்றும் பத்திரிக்கையாளர்களை தூற்றவும் செய்யக்கூடியவை என்பதுடன் அவை பெண்கள், சிறுபான்மையினர் மற்றும் தலித்துகளிடத்தில் சிறப்பு கவனம் காட்டக்கூடியவையாகவே இருக்கின்றன. தங்களை 'பெருமித இந்து', 'கர்வம்கொண்ட இந்து', 'தேச பக்தர்', 'நமோ பக்தர்', 'பாரத் மாதா கீ ஜெய்' மற்றும் 'வந்தே மாதரம்' என்று குறிப்பிட்டுக்கொள்ளும் அந்த பயனர்கள் மிகவும் உரத்து பேசக்கூடிய பெருமிதம் கொண்டவர்கள், மாற்றமேயில்லாமல் அவர்கள் திரு மோடியுடன் இருக்கும் முகப்பு படத்தை வைத்திருக்கிறார்கள், அத்துடன், 'இந்தியாவின் பிரதம மந்திரியால் பின்தொடர ஆசீர்வதிக்கப்பட்டவர்கள்' என்றும் தங்களை அறிவித்துக்கொள்கிறார்கள்.

தூற்றுதலுக்கு ஆளான குடிமக்கள் திரு மோடியை உடனிணைப்பு செய்து அவர் ஏன் இத்தகைய நிர்வகிப்புகளை பின்பற்றுகிறார் என்று கேட்கும்போதெல்லாம் அவர் ஒரு தீர்மானமான மௌனத்தையே வெளிப்படுத்துகிறார். எஃப்ஐஆர்-கள் பதிவு செய்யப்பட்டிருக்கின்றன, ஒருகட்டத்தில் ஒரு நிர்வகிப்பு இடைநீக்கம் செய்யப்பட்டு அவர் மறுபடியும் டிவிட்டருக்கு திரும்பியிருக்கிறார் என இவ்வளவு விஷயங்கள் நடந்துகொண்டிருந்தாலும், ஒரே ஒரு நிர்வகிப்பைக்கூட அவர் பின்தொடர மறுத்திருக்கிறார் என்று இந்தப் புத்தகம் அச்சுக்குப் போகும்வரையில் எத்தகைய தகவலுமே கிடையாது.

மாறாக, பிரதம மந்திரி பின்தொடர்கின்ற இந்த நிர்வகிப்புகளைச் சேர்ந்த 150 பேர்களை, தன்னுடைய அதிகாரப்பூர்வ இல்லமான 7 ரேஸ் கோர்ஸ் சாலைக்கு (இப்போது இது லோக் கல்யாண் மார்க் என்று அழைக்கப்படுகிறது) 2015-ஆம் ஆண்டு ஜுலை 1-ஆம்

தேதி நடந்த டிஜிட்டல் சம்பர்க் கூட்டத்திற்கு அழைத்து விருந்து உபசரித்திருக்கிறார். இந்த அத்தியாயத்தில் குறிப்பிடப்பட்டிருக்கும் தூற்றுநர்களில் பலரும், கூட்டம் நடந்த அடுத்த நாளே தாங்கள் பிரதம மந்திரியுடன் இருக்கும் படத்தை டிவிட்டரில் படங்களாக போட்டு முகப்பு படமாகவே வைத்திருக்கிறார்கள். இந்த சமூக வலைத்தள விருந்துபசரிப்பு கூட்டத்திற்கு ஏற்பாடு செய்தவர் பிஜேபி-யின் தகவல் தொழில்நுட்ப பிரிவுத் தலைவரான அர்விந்த் குப்தா. இந்த அரவிந்த் குப்தாதான் பிஜேபி மற்றும் அரசு அமைச்சர்களால் அதிகாரப்பூர்வமாக குறிப்பிடப்படும் ‘யோதாக்களை (போர்வீரர்களை)’ தேர்வு செய்கிறவர் ஆவார்.

பிரதமர் மோடியின் ட்ரால்களை சந்தியுங்கள்

கேள்விக்கு உட்படுத்தப்படும் நிர்வகிப்புகளில் சில அநாமதேயமானவைதான், ஆனால் பெரும்பாலானவை அப்படி அல்ல. தன்னுடைய டிவிட்டர் சுய-குறிப்பில் பின்வருமாறு விவரித்துக்கொள்ளும் சுரேஷ் நக்குவாவைப் பார்க்கலாம்

> *வந்தே மாதரம் ஹிந்து தேசியவாதி பிஎம் @NarendraModi என்னை பின்தொடர்கிறார் – இந்தியா டுடேவால் செப்டம்பர் 14 அன்று தடைசெய்யப்பட்டது. செப்டம்பர் 14 அன்று டிவிட்டரால் 24 மணிநேரத்திற்கு இடைநீக்கம் செய்யப்பட்டது. மொத்த வியாபாரி (பயறு வகைகள்).*

அவருடைய முகப்புப் படத்தில் உள்ள புகைப்படத்தில் திரு மோடியுடன் அவர் கைகுலுக்குகின்ற காட்சி இருக்கிறது, மேலும் மகாராஷ்டிர முதலமைச்சர் தேவேந்திர ஃபத்நாவிஸுடன் தான் இருக்கின்ற படங்களையும் அவர் டிவீட் செய்திருக்கிறார். பிரதமர் மோடியுடனும், ஃபத்நாவிஸுடனும் அவர் இருக்கின்ற காட்சிப் படங்களை வைத்து அவரைப் பார்த்தால் அவர் நாற்பதுகளின் பிற்பகுதியில் இருக்கக்கூடிய, பருத்த உடலும் சுருண்டு கருத்த தலைமுடியும் கொண்டவர் போல் தெரிகிறது. அவர் டிவீட் செய்யும் செய்திகளோ இப்படிப்பட்டவை:

> டேய் வேசிமகனே... நான் உன்னை ஏதாவது திட்டினேனா? நீயாகவேத்தான் பலாத்காரத்திற்கு பிறந்தவன் என்பதை உறுதிப்படுத்திக் கொள்கிறாய்.

இங்கே சுரேஷ் நக்குவாவின் முகப்பு படமும், காங்கிரஸ் ஆதரவாளர் ஜி.சூர்யா என்பவருக்கு அவர் செய்த டிவீட்டும் இடம்பெற்றிருக்கிறது

மஹாவீர், @MahaveerM மற்றுமொரு பிரபலமான தூற்றுநர், அத்துடன் 'பிரதமரால் பின்தொடரப்பட ஆசீர்வதிக்கப்பட்டவர்.' நக்குவாவைப் போன்றே இவரும்கூட சீக்கிரத்திலேயே டிவிட்டரால் அவருடைய ஆபாச வார்த்தைகளுக்காக இடைநீக்கம் செய்யப்பட்டார். இதற்கு ஒரு உதாரணமாக, 2016 ஆகஸ்ட் 16 அன்று ஆம் ஆத்மி கட்சி ஆதரவாளர் நவேந்து சிங் என்பவருக்கு அவர் செய்த டிவீட் பின்வருமாறு:

ஹாஹா அடிமுட்டாள்@NavenduSingh_வருத்தப்படாதே. உன் அம்மாவின் துளை மிகவும் பெரிதாகிவருவதையும், அது திறப்பதால் எந்தப் பயனும் இல்லையென்பதையும் புரிந்துகொள்கிறேன். ஏதாவது லோஷன் பயன்படுத்து.

மற்றொரு பிரபல தூற்றுநரான @MahaveerM டிவீட்டுகளின் திரைக்காட்சிகள்

அவருடைய டிவிட்டர் கணக்கு இடைநீக்கம் செய்யப்பட்டதற்கு எதிராக வலதுசாரி ட்ரால்கள் புறப்பட்டன. மஹாவீர் கணக்கை பின்தொடர்பவர்களுள் ஒருவரும், நுண்ணலகு, சிறிய மற்றும் நடுத்தர தொழில் நிறுவனங்களுக்கான யூனியன் அமைச்சருமான கிரிராஜ் சிங் தலைமையில் 'நான் மஹாவீருக்கு துணைநிற்கிறேன்' என்ற பிரச்சாரத்தை அவை தொடங்கின.

 Giriraj Singh
@girirajsinghbjp

 Follow

I urge @TwitterIndia to reactivate @mahaveerm_ ...#IStandWithMahaveer

I request friends to RT to give strength to our voice ..

RETWEETS 938 FAVORITES 354

@MahaveerM-இன் இடைநீக்கத்தை நீக்கக் கோரி டிவிட்டரிடம் கேட்கும் பிஜேபி அமைச்சர் கிரிராஜ் சிங்கின் டிவீட்டுகள்

டிவிட்டர் இறுதியில் இறங்கி வந்தது. கொஞ்சமும் கவலைப்படாத மஹாவீர் இன்னமும் தன்னுடைய மதவெறி பிரச்சாரத்தை பரப்பி வருகிறார். சமீபத்தில் அவர் பின்வருமாறு டிவீட் செய்திருந்தார்:

குடிமகன் இக்லாக் ஒரு கும்பலால் கொல்லப்பட்டார் 45 லட்சம்/4 ஃபிளாட்டுகள்/வேலை! போலீஸ்காரர் சந்தோஷ் ஒரு கும்பலால் கொல்லப்பட்டார் 20 லட்சம்! உங்கள் மதத்தைப் பொறுத்துதான் பணத்தின் மதிப்பும்.

முகம்மது அக்லாக் என்பவர் மாட்டுக்கறி சாப்பிட்டார் என்ற குற்றச்சாட்டில் – பின்னர் அது ஆட்டுக்கறிதான் என்று கண்டுபிடிக்கப்பட்டது – தாத்ரியில் 2015-ஆம் ஆண்டில் தூக்கிலிட்டு கொல்லப்பட்டது பற்றித்தான் மஹாவீர் டிவீட் செய்திருக்கிறார். அத்துடன், அக்லாக்கின் குடும்பம் அதனால் ஏற்பட்ட கலவரத்தில் கொல்லப்பட்ட போலீஸ்காரரின் குடும்பத்தைக் காட்டிலும் மிக அதிகமான இழப்பீடு பெற்றதைத்தான் அவர் இவ்வாறு கூறுகிறார்.

இந்த நிர்வகிப்பானது கொல்லப்பட்ட அந்த போலீஸ்காரரின் குரூரமான படங்களையும் டிவீட் செய்திருந்தது.

எழுத்தாளர் ஷோபா டே 2014-ஆம் ஆண்டு ஜுன் 3-ஆம் தேதி இறந்துபோன பிஜேபி தலைவர் மற்றும் அமைச்சரான கோபிநாத் முண்டேவுக்கு இரங்கல் தெரிவித்து பின்வருமாறு டிவீட் செய்திருக்கிறார்:

> முண்டேயின் மரணச்செய்தி அதிர்ச்சியாக இருந்தது. எவ்வளவு துயரமான மரணச் செய்தி. அவருடைய குடும்பத்திற்கு ஆழ்ந்த அனுதாபங்கள்.

இவை ஒரு பிரபல தலைவரின் இறப்பிற்கான புண்படுத்தாத ஆறுதல் வார்த்தைகள் என்று நீங்களும் நினைக்கலாம், பிஜேபி-யை சேர்ந்த யார் வேண்டுமானாலும் நினைக்கலாம். ஆனால், ராகுல் ராஜால் @bhak_sala (பார்க்க அறிமுகம்) இவ்வாறுதான் சொல்ல முடிந்திருக்கிறது:

> ஹாய் @DeShobhaa உங்களுடைய வலி எனக்குப் புரிகிறது. நீங்கள் பலநாட்களாக உடலுறவு கொண்டிருக்கவில்லை என்று நினைக்கிறேன். ரொம்பவும் விரக்தியடையாதீர்கள்.

திரு மோடி இவரைப் பின்தொடர்கிறார், பல வருடங்களாக. முன்பே குறிப்பிட்டிருப்பது போல், இந்த ராஜ் என்பவர் நோவார்டிஸில் பணிபுரிகிறவர் என்பதுடன் வலதுசாரி பிரச்சார வலைத்தளமான OpIndia-வை நடத்துகிறவர்.

இந்த டிவீட்டுகள் ஒரே ஒருமுறை மட்டும் செய்யப்படுபவை அல்ல. இதுபோன்ற நிர்வகிப்புகள் தொடர்ந்து வெறுப்பு டிவீட்டுகளை மட்டுமல்லாமல் சதியாலோசனைக் கோட்பாடுகளையும் பரப்புகின்றனர், பத்திரிக்கையாளர்களையும் அவதூறு செய்கின்றனர், இவையெல்லாம்தான் அவர்கள் தினசரி வெளியிடுகின்ற டிவீட்டுகளில் 90 சதவிகிதமாக இருக்கின்றன.

பத்திரிக்கையாளர்களை தாக்குவது மற்றும் பாலியல்ரீதியாக துன்புறுத்துவதற்கும் மேலாக இந்த நிர்வகிப்புகளில் வகுப்புவாத அறிக்கைகளையும் தொடர்ந்து டிவீட் செய்கின்றன. பசுவைக் கொலைசெய்பவர்களின் இரத்தக்களரியான படங்களுடன், முஸ்லீம்களால் தூண்டப்பட்டதாக சொல்லிக்கொண்டு வன்முறைக் காட்சிகளைக் கொண்ட கிராஃபிக் படங்களையும் பதிவு

செய்கின்றன – இந்தப் படங்கள் எல்லாமே பாகிஸ்தான் மற்றும் பங்களாதேஷில் எடுக்கப்பட்ட காட்சிக் கோர்வைகள் என்பதுடன் அவற்றின் ஒலியமைப்பு நீக்கப்பட்டு இந்தியக் காட்சிகளாக ஏமாற்றி வெளியிடப்படுகின்றன.

அவ்வப்போது உயர்மட்ட வலதுசாரி அபிமானிகளும் இந்தக் கூச்சலில் சேர்ந்து கொள்கின்றனர். அப்படிப்பட்ட ஒருவர்தான் கல்வியாளரும் சமூகப் போராளியுமான மது கிஷ்வர், இவருக்கு பிரதமர் மோடி உட்பட 5,76,000 பின்தொடர்பவர்களாக இருக்கின்றனர். ஒரு பாகிஸ்தானி வீடியோவை இந்தியா என்று ஏமாற்றி வெளியிட்டதாக பல்வேறு பத்திரிக்கையாளர்களாலும், சமூக ஊடகத்தினராலும் கேள்விக்கு உள்ளாக்கப்பட்டபோது அவர் வெகு சாதாரணமாக அதை தான் வாட்ஸ்அப்பில் பெற்றதாகவும், இன்னும் நீக்காமல் வைத்திருப்பதாகவும் கூறியுள்ளார். ஆனால், பெரும்பாலான விஷயங்களில் அந்தப் படம் அல்லது வீடியோவின் உண்மைத்தன்மை குறித்து கேள்வி எழுப்பப்படும்போது அது அப்படியே உடனடியாக கைவிடப்படுகிறது. இத்தகைய பதிவுகள் பிரச்சினையை தூண்டுவதற்கென்றே வடிவமைக்கப்பட்டவை என்பதுடன், அந்த விஷயங்கள் டிரெண்டாக மாறும்வரையில் அதே டிவீட்டை மறுடிவீட் செய்வதற்கென்றே உள்ள எண்ணிலடங்கா அநாமயதேய டிவிட்டர் நிர்வகிப்புகளால் ஒருங்கிணைக்கப்பட்ட ஹேஷ்டேக் பிரச்சாரத்துடன் இணைந்தே இருப்பதாகத்தான் காணப்படுகின்றன. #whataboutMalda என்பது இதற்கான ஒரு உதாரணம். இது பெங்கால் மாவட்டத்தில் ஒரு காவல்நிலையம் முஸ்லீம்களால் தாக்கப்படுவதை குறித்ததுடன், 2016-ஆம் ஆண்டு மேற்கு வங்க சட்டமன்ற தேர்தலின்போது அது ஊடகத்தால் மூடி மறைக்கப்பட்டது என்பதையும் குறிப்பிட்டிருந்தது.

5,94,000 பின்தொடர்பவர்களுடன் பிஜேபி தொண்டராக இருக்கின்ற 'Satyasadhak truth seeker' @RituRathaur முகம்மது அக்லாக் மீதான தாக்குதலுக்குப் பின்னர் மாடு கடத்துபவர்களால் வண்டி ஏற்றி கொல்லப்பட்டதாக குற்றம்சாட்டி ஒரு உத்திரப் பிரதேச போலீஸ்காரரின் கோபத்தை தூண்டவைக்கும் வகையிலான படத்தை டிவீட் செய்தார். பத்திரிக்கையாளர்கள் சிலர் உத்திரப் பிரதேச முதல்வர் அகிலேஷ் யாதவை உஷார்படுத்தினர், அவர் சரியான நேரத்தில் மாநில காவல்துறையை அழைத்து மதவெறியை தூண்டிவிட்டதற்காக அவருக்கு எதிராக எஃப்ஐஆர் பதிவு செய்தார். அந்தப் படம் போலியானது என்றும், அந்தப் போலீஸ்காரர் 'ஆற்றுக்கற்களை கொண்டுசென்ற லாரியை நிறுத்த

முயற்சிக்கும்போதுதான்' கொல்லப்பட்டார் என்றும் அந்த மாநில அரசு டிவிட்டரில் உடனடியாக தெளிவுபடுத்தவும் செய்தது.

Arvind Gupta @buzzindelhi   59m
Support our SM volunteers when they have done no wrong and are being politically targeted
#IstandWithRituRathaur

↻ 320   ★ 117

Arvind Gupta @buzzindelhi   8h
@bainjal You are making a baseless statement. @Riturathaur is not part of BJP IT/SM team @nesoron @Rohinisgh @Joydas @UPGovt @yadavakhilesh

↻ 60   ★ 26

ரிது ரத்தோருக்கு ஆதரவாக பிஜேபியின் சமூக ஊடகப் பிரிவுத் தலைவர் அர்விந்த் குப்தா செய்திருந்த டிவீட்டுகள்

ரிது ரத்தோருக்கு பிஜேபி சமூக ஊடகக் குழுவுடன் எந்த சம்பந்தமும் இல்லை என்று அர்விந்த குப்தா என்னிடம் மறுத்திருந்தார். ஆனால் சிலமணிநேரத்திற்குள்ளேயே அவர் #IstandWithRituRathaur என்று டிவீட் செய்தார். வலதுசாரி ஆதரவாளர்களால் தொடங்கப்பட்ட இந்த ஹேஷ்டேக் உத்திரப் பிரதேச அரசாங்கத்தின் மீதும், டிவிட்டர் அவருக்கு எதிராக நடந்துகொள்ள வேண்டாம் என்றும், அவரை 'எங்களுடைய சமூக ஊடக தன்னார்வலர்களுள் ஒருவர் என்று குறிப்பிட வேண்டாம்' எனவும் நெருக்கடி கொடுக்க ஆரம்பித்துவிட்டது. அவருடைய டிவீட் உடனடியாக 320 முறைகளுக்கு மறுடிவீட் செய்யப்பட்டது.

ரத்தோர் வழக்கமாகவே பசுக்கொலை செய்யும் ரத்தக்கறை படிந்த கசாப்புக்காரர்களின் வீடியோக்களை பதிவிடுவதையும், லவ் ஜிஹாத்தின் கற்பனைப்பூர்வமான நிகழ்வுகளையும் டிவீட் செய்து வந்திருக்கிறார், இதில் பெங்காலில் நடந்த துக்துகி மண்டல் சம்பவமும் அடங்கும், அவருடைய டிவிட்டர் பக்கத்தின் காலவரிசையில் நகர்த்திச் சென்று பார்த்தாலே இவையெல்லாம் தெரியவரும்.

பல சமயங்களிலும், ஆன்லைன் மோசமான நடத்தையானது நிஜ வாழ்க்கையின் மீது, அதுவும் எதிர்பாராத விதங்களில் வினையாற்றி விடுகிறது.

டினு ஜெயின் என்பவர் நரேந்திர மோடி ராணுவப் பிரிவின் நிறுவனர், அவரும் டிவிட்டரில் பிரதமர் மோடியுடன் சேர்ந்திருக்கும் படத்தைத்தான் வைத்திருக்கிறார் என்பதுடன் பிரதமர் மோடியாலும் அவர் பின்தொடரப்படுகிறார். இவர் மத்தியப் பிரதேச மாநிலம் குவாலியரில் பாலியல் தொழில் நடத்தியதாக 2016-ஆம் ஆண்டு செப்டம்பர் 7 அன்று கைது செய்யப்பட்டார். ஒரு அழகுக்கலை மையத்தில் இருந்து அவரை கைது செய்த காவல்துறை, கைதின்போது அவர்களே குறிப்பிட்டபடி 'தகாத நிலையில்' இருந்திருக்கிறார். நேரத்தை வீணாக்கிடாத ஆம் ஆத்மி கட்சி #NamoSexArmy என்ற ஹேஷ்டேக்கை உடனடியாக தொடங்கியது, அதுவும் பலமணி நேரங்களுக்கு நீடித்திருந்தது. முரண்பாடு என்னவென்றால், அந்த பக்தர் கடைசியாக டிவீட் செய்திருந்ததுதான், 'உனக்கு முன்பாக நான் எப்படிப்பட்ட நிலையில் நின்றிருந்தாலும் என்னிடம் மறைப்பதற்கு எதுவுமில்லை.'

பிரீத்தி காந்தி என்று மற்றொருவர் இருக்கிறார். @MrsGandhi என்று டிவீட் செய்யும் இவர் தன்னுடைய முகப்பு பக்கத்தில் திரு மோடியுடன் இருக்கும் மூன்று படங்களை வைத்திருக்கிறார். மேலும் தன்னை 'நாதுராம் கோட்ஸேயின் மிகப்பெரிய ரசிகை' என்று டிவீட் செய்துள்ள அவர் பாலியல் வல்லுறவுக்கும், துன்புறுத்தலுக்கும் ஆளாகின்ற பெண்களை நக்கலடிக்கவும் செய்கிறார். அவர்களை குறித்து குறிப்பிடுகையில், 'சமையலறை நெருப்பில் நிற்க முடியவில்லை என்றால் வாசலுக்கு வந்து

கவனத்தை கோருகிறவர்கள்' என்றிருக்கிறார். 2014 பொதுத் தேர்தலுக்கு முன்பாக திரு மோடி விக்கிலீக்ஸினுடைய ஜூலியன் அஸாஞ்சேவின் ஆதரவைப் பெற்றவர் என்று போலியாக டிவீட் செய்ததை அடுத்து இந்த காந்தி பிஜேபியில் இருந்து நீக்கப்பட்டார். இது அஸாஞ்ஜேவாலும் மறுக்கப்பட்டது என்பதுடன் பிஜேபிக்கும் குறிப்பிடும்படியான சங்கடத்தை ஏற்படுத்திவிட்டது. பிஜேபி தலைவரும் தற்போது எம்பியாக இருப்பவருமான மீனாக்ஷி லேகி தேசிய தொலைக்காட்சியில் இந்த காந்தியைக் கைவிட்டதுடன், இந்த விஷயத்தில் பிஜேபியால் அவருக்கு எந்த வகையிலும் உதவ முடியாது என்றும் கூறினார். ஆனால், இந்தக் கூச்சல்களெல்லாம் அடங்கிய பின்னர் அவர் மறுபடியும் கட்சியில் சேர்த்துக்கொள்ளப்பட்டார். அவர் இப்போது கட்சியின் பெண்கள் பிரிவாகிய பிஜேபி மஹிலா மோர்ச்சாவின் தேசிய நிர்வாக உறுப்பினர்களுள் ஒருவராக இருக்கிறார்.

ஆன்லைன் தூற்றல்கள் சிலசமயங்களில் நிஜமான வன்முறைக்கும் காரணமாக அமைந்துவிடுகின்றன. தஜிந்தர் பால் சிங் பாகா, @TajinderBagga தன்னைத்தானே ஒரு 'ஸ்வயம்ஸேவக், *@theNaMoPatrika*-இன் ஆசிரியர், @BSKS_India [பகத் சிங் கிரந்தி சேனா] மற்றும் *@ModiFyingIndia*-இன் ஒருங்கிணைப்பாளர், பிஜேபி இளைஞர் பிரிவின் முன்னாள் தேசிய நிர்வாக உறுப்பினர்' என்றெல்லாம் சொல்லிக்கொள்பவர். 2011 அக்டோபரில், வழக்கறிஞரும் சமூக செயற்பாட்டாளருமான பிரஷாந்த் பூஷணின் அலுவலக அறைக்குள் பலவந்தமாக மற்றொருவருடன் உள்ளே நுழைந்து அவரைத் தாக்கினார். பிரஷாந்த் பூஷண், காஷ்மீரில் உள்ளூர் மக்கள் உள்நாட்டு பாதுகாப்பிற்காக ராணுவம் அங்கே இருக்க வேண்டுமா என்பதைத் தீர்மானிப்பதற்கு வாக்கெடுப்பு நடத்த வேண்டும் என்பதை வெளிப்படையாக ஆதரித்து வந்தார். பாகாவுக்கு எதிராக எஃப்ஐஆர் பதிவு செய்யப்பட்டது, ஆனால் அதற்குமேல் எதுவும் செய்யப்படவில்லை.

அவ்வப்போது, மோடியின் ஆன்லைன் ராணுவமானது தன்னுடைய சொந்தக் கட்சிக்காரர்கள் மீதுகூட தாக்குதல் நடத்தியிருக்கிறது. மீனாக்ஷி லேகி டிவிட்டரில் தீவிர பிஜேபி ஆதரவாளர்களால் வேட்டையாடப்பட்டார், ஏனெனில் தன்னுடைய தொகுதியில்

அவர் பர்க்கா தத்துடன் ஒரே மேடையில் இருந்திருக்கிறார். வெறுத்துப்போன லேகி பின்னர் மோடியால் பின்தொடரப்படும் நிர்வகிப்புகளுள் சிலவற்றை வெளிப்படையாகவே 'முட்டாள்கள்' என்றும் 'லாபியிஸ்ட்டுகள்' என்றும் வசைபாடினார்.

பெண்கள் மற்றும் குழந்தைகள் மேம்பாட்டு அமைச்சரான மேனகா காந்தி பெண்களுக்கு எதிரான இடைவிடாத சைபர் குற்றங்கள் மற்றும் வன்முறையை முடிவுக்கு கொண்டுவரும் முயற்சியில் #IAmTrolledHelp என்ற உதவி மையத்தை நிறுவியபோது, வலதுசாரி ட்ரால்கள் பொங்கி எழுந்தன. பிரதமர் மோடியால் பின்தொடரப்படும் நிர்வகிப்புகள்கூட அவரைத் ட்ரால் செய்தன. கருத்து சுதந்திரத்தை தடுப்பதற்கு முயற்சிக்கிறார் என்று காந்தி குற்றம் சாட்டப்பட்டார், அத்துடன், அவர் சமூக ஊடகத்தை கண்காணிக்கவில்லை என்றும், குற்றச்சாட்டுகளை மட்டுமே கவனிக்கப் போகிறார் என்றும் துரிதகதியில் தெளிவுபடுத்த வேண்டி நிர்பந்திக்கப்பட்டார்.

அபிஜீத்துடனான என்னுடைய நான்கு நாட்கள் சூடான விவாதத்திற்குப் பின்னர் ஆஜ் தக் தொலைக்காட்சிக்கு காந்தி கொடுத்த நேர்காணலில் அவர் இந்த உதவி மையத்தை 'அந்தப் பாடகரின் டிவீட்கள் முழுக்கவே ஏற்றுக்கொள்ள முடியாமல் இருக்கின்றன' என்பதற்காகவே அமைக்கப்போவதாக கூறினார். அவர் டிவிட்டர் அதிகாரிகளையும் சந்திக்க அழைத்தார். இன்றுவரை, அவருடைய அமைச்சகம் சில புகார்களை கவனிக்கிறதுதான், ஆனால், எந்த விளையும் இல்லை என்பதையும் நான் சொல்லித்தான் ஆகவேண்டும்.

ஆனால், இந்த அத்தியாயத்திற்கு சில வேடிக்கையான பக்க விளைவுகளும் இருந்தன, ஏனென்றால் சில ட்ரால்கள் பொதுவில் தாமாகவே வெளிவந்தனர். உதாரணத்திற்கு, மோடியால் பின்தொடரப்படும் @rishibagree பிஜேபி தலைவர் அமித் ஷாவிடம் வைத்த கோரிக்கையில் பின்வருமாறு டிவீட் செய்திருக்கிறார்:

> நாங்கள் பிஜேபிக்காக சமூக ஊடகத்தில் 6 முதல் 8 மணிநேரத்தை செலவிடுகிறோம். உடலைக் கெடுத்துக்கொண்டு எங்களால் எங்கள் குடும்பத்திற்கும்

> நேரம் ஒதுக்க முடியவில்லை. மேனகாவால் தாக்குதலுக்கு மட்டுமே உள்ளாகிறோம்.

மற்றொரு அநாமதேய நிர்வகிப்பு பிரதம மந்திரியை இணைத்துக்கொண்டு பின்வருமாறு டிவீட் செய்திருந்தது:

> இது உங்களுடைய ஆன்லைன் ஆதரவுத் தளம் மீதான தாக்குதல்.

ஆனால், ஒரு தலைவரோ அல்லது கட்சியோ, பெண்களுக்கு எதிரான அச்சுறுத்தல்களை மேற்கொள்கின்ற, கொலை மிரட்டல்கள் விடுக்கின்ற மற்றும் மதவாத பொய்ப்பிரச்சாரம் செய்கின்ற ஆதரவுத் தளத்தை ஏன் கெஞ்ச வேண்டும்?

மோடியின் ட்ரால்களுடைய மேலும் சில பதிவுகள்

(இடது) ஒரு டிவிட்டர் ட்ரால் பிரதம மந்திரி மோடியால் வரவேற்கப்படுகிறார்.
(வலது) தூற்றும் டிவீட்களின் சில உதாரணங்கள்

கவர்ச்சியாக ஃபோட்டோஷாப் செய்யப்பட்ட முன்னாள் நடிகை குல் பனாகின் படம், அவர் ஆம் ஆத்மி கட்சியில் சேர்ந்ததை அடுத்து ஒரு பிஜேபி நிர்வகிப்பால் டிவீட் செய்யப்பட்டது.

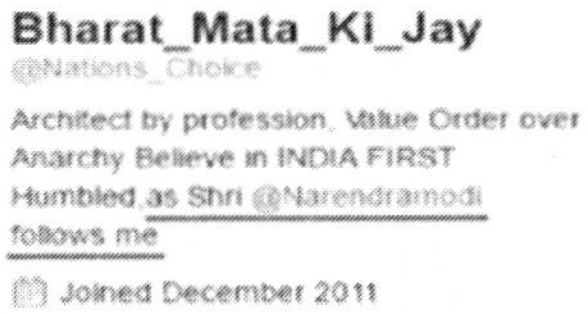

பாரத்_மாதா_கீ_ஜேயின் தூற்றும் டிவீட்கள், கூடவே இது பிரதம மந்திரி மோடியால் பின்பற்றப்படுவதற்காக 'பெருமைப்பட்டுக்கொள்கிறது'

பிரதம மந்திரி மோடியால் பின்தொடரப்படும் ஒரு டிவிட்டர் நிர்வகிப்பு மூத்த பத்திரிக்கையாளர் பர்க்கா தத்தை தூற்றுகிறது

டிவிட்டரிடம் இருந்து சரிபார்க்கப்பட்ட நீலக்குறி பெற்றிருக்கும் ராகுல் ரோஷன், தன்னை பின்தொடர்பவர்களில் பிரதமர் மோடியையும் சேர்த்திருக்கிறார். அவர் ஸ்வராஜ்யா அமைப்பின் முதன்மை வியூக அதிகாரி, இந்த ஊடகக் குழுவும் சேர்ந்துதான் OpIndia-வை கொண்டுவந்திருக்கிறது.

2016, அக்டோபர் மாதம் 31 தேதி அன்று, மத்தியர் பிரதேச காவல்துறையானது நீதித்துறைக்கு மாறாக ஒரு என்கவுண்டரில் எட்டு விசாரணைக் கைதிகளை சுட்டுக் கொன்றது. இதுகுறித்து வெளியான வீடியோ மற்றும் ஆடியோ காட்சிகள் அவர்கள் அனைவரும் கொடூரமான முறையில் சுட்டுக் கொல்லப்பட்டிருப்பதை நிரூபித்தது.

இவ்விடத்தில், பத்திரிக்கையாளர் ரோஷன் நீதிமன்ற விசாரணைக்கு உட்படுத்தப்படுகிறவர்கள் உரிய நடைமுறைகள் ஏதுமில்லாமல் 'கொல்லப்பட' வேண்டும் என்கிறார், அத்துடன் அரசானது சந்தேகத்திற்குரியவர்களை கைது செய்வதோடு மட்டுமல்லாது 'கொடூரமாக கொலைசெய்யப்படுவதைப்' பற்றி தயங்கவும் கூடாது என்கிறார். 'கொடூர' கொலை செய்யப்பட வேண்டும் எனக் கேட்கின்ற அந்த டிவீட் ஆயிரக்கணக்கான முறைகளுக்கு மறுடிவீட் செய்யப்பட்டது. அவரை 56,200 பேர் பின்தொடர்கின்றனர்.

டிவிட்டர் சுயவிவரக் குறிப்பின்படி ரோஷன் மும்பையைச் சேர்ந்தவர். இவரும்கூட மற்றொரு நிர்வகிப்பை பின்வருமாறு டிவீட் செய்து தூற்றியிருக்கிறார்: 'நான் தீவிரவாதிகளை கொடூரமாக கொலை செய்வதையும்தான் சேர்த்திருக்கிறேன்'. 'என்கவுண்டரில்' கொல்லப்பட்ட நீதிமன்ற விசாரணைக் கைதிகள் அனைவருமே எந்தக் குற்றத்திற்காகவும் தண்டிக்கப்படவில்லை என்பதுடன் அதில் இரண்டுபேர் விடுவிக்கப்பட இருந்தனர்.

பிரதமர் மோடி பின்பற்றுகின்ற முன்னணி ட்ரால்களின் பட்டியலைக் காண பின்னிணைப்பு 1-ஐ காணவும்

சரிபார்க்கப்பட்ட டிவிட்டர் பயனரான ராகுல் ரோஷனின் டிவீட்டுகள். இவர் ஸ்வராஜ் ஊடகக் குழுவின் முதன்மை வியூக அதிகாரி

படிநிலையாக்க விளைவு

டிவிட்டரில் தூற்றுநர்களை பின்பற்றுவதில் பிரதமர் மோடியின் படிநிலையாக்க விளைவு (Trickle-Down) என்பது அவருடைய அமைச்சர்கள் பயன்படுத்தும் ஆபாசமான உரையாடல்களில் தெள்ளத் தெளிவாக தெரிகிறது. அத்துடன், இதைச் செய்வது வெறுமனே வி.கே.சிங் மற்றும் தயாசங்கர் சிங் மட்டுமல்ல.

கிரிராஜ் சிங் பத்திரிக்கையாளர்களைப் பார்த்து எப்போதுமே ‘பாகிஸ்தானுக்கு போய்விடுங்கள்’ என்பார், அத்துடன் பிஜேபியுடன் உடன்படாதவர்கள் எவரையும் பிரபல தீக்காய மருந்தான ‘பர்னாலை’ பயன்படுத்துங்களேன் என்றும் திரும்பத்திரும்ப கேட்பார். இதில் ஏபிபீ நியூஸைச் சேர்ந்த அபிஸார் ஷர்மாதான் சிங்கால் எப்போதுமே இத்தகைய தாக்குதலுக்கு ஆளாகிறவர். அதேபோல் ‘விருதுகளைத் திருப்பித்தருவதில்’ பங்கேற்கும் பிற பத்திரிக்கையாளர்கள் மற்றும் எழுத்தாளர்களையும்கூட அவர் பாகிஸ்தானுக்கு சென்றுவிடுங்களேன் என்றுதான் கேட்பார்.

பிஜேபியின் ஹரியானா விளையாட்டுத்துறை அமைச்சரான அனில் விஜ் 2016 ரியோ ஒலிம்பிக் விளையாட்டுகளுக்கு பெருமளவில் பயணம் மேற்கொண்டதற்கு காரணமாக அமைந்தார். ஒரு சரிபார்க்கப்பட்ட டிவிட்டர் நிர்வகிப்பில் இருந்து டிவீட் செய்த அவர் செப்டம்பர் 2 அன்று பின்வருமாறு டிவீட் செய்திருந்தார்: ‘நாம் ரியோவுக்குச் செல்ல டிக்கெட்டுகள் வாங்குவதை மறந்துவிட்டோம் என்று சில நாற்றம்பிடித்த நாய்கள் திரும்பத் திரும்ப எழுதுவது சரியல்ல.’ பத்திரிக்கையாளர்களைத் தூற்றி ட்ரால்களின் கூட்டத்தை வைத்து விளையாடுவது விஜ் மட்டுமல்ல, அந்த டிவீட் மேம்படுத்தப்படுகிறது, அதாவது, டிவிட்டருக்குள்ளாகவே பணம் கொடுத்து விளம்பரப்படுத்தப்படுகிறது.

Tweet
ANIL VIJ Minister
@anilvijminister
Some stinking Dogs are writing again and again that we forgot to buy tickets for Rio which is incorrect.
02/09/16, 7:34 AM from Ambala, India
186 RETWEETS 313 LIKES
ANIL VIJ Minister @anilvijminister · 02/09/16
We had all the tickets. We reached Olympic village the same day with players in their Buses after Independence day celebrations at Rio.
30
73
ANIL VIJ Minister @anilvijminister · 02/09/16
This was not the first delegation from Haryana to any International Game. Everytime delegations have been going. Ours was the smallest.

ஹரியானா விளையாட்டுத்துறை அமைச்சர் அனில் விஜ் பத்திரிக்கையாளர்கள் ‘நாற்றமெடுத்த நாய்கள்’ என்கிறார்.

முன்னாள் மனிதவளத்துறை மேம்பாட்டு அமைச்சரான ஸ்மிருதி இரானி, சமீபத்திய நாட்கள்வரை தன்னுடைய தினசரி டிவிட்டர் சச்சரவுகளுக்கு பெயர் பெற்றவராக விளங்கினார். பிஹார் கல்வித்துறை அமைச்சரான டாக்டர் அசோக் சௌத்ரி அவரை 'டியர் ஸ்மிருதி ஜி' என்று விளித்தபடியால் அவருடனான டிவிட்டர் சண்டையை இரானி தொடங்கியது மக்களை அதிர்ச்சியடைய வைத்தது. இவையெல்லாம் பிஹாருக்கான கல்வித்துறை நிதிகள் குறித்த விசாரிப்பில் சௌத்ரி எந்தவித பாதகமும் இல்லாத 'டியர்' என்ற முன்னொற்றை பயன்படுத்தியதில் இருந்தே தொடங்கியது. இந்த வார்த்தையை தனிப்பட்ட பாதகமாக எடுத்துக்கொண்ட இரானி அவர் எவ்வளவு தைரியமிருந்தால் இந்த வார்த்தையைப் பயன்படுத்தியிருக்கலாம் என்று கேட்டார்.

ஜேஎன்யூ மாணவர் தலைவர் பிரச்சினையின்போது பர்க்கா தத்தை ஒரு 'பொய்யர்' என்று இரானி அழைத்தார், இதுவும்கூட ட்ரால்களை குஷிப்படுத்தவே என்பதுடன் அவர் தொடர்ந்து பத்திரிக்கையாளர்களை கடுமையான வார்த்தைகளால் தாக்கியே வந்துள்ளார். இதில் மிகவும் மோசமானது என்னவென்றால், காங்கிரஸ் செய்தித் தொடர்பாளர்களுள் ஒருவரான பிரியங்கா சதுர்வேதி, பாராளுமன்றத்தில் பிஜேபி ஜிஎஸ்டியை அறிமுகப்படுத்த முயற்சித்துக் கொண்டிருந்தபோது தான் கொண்டிருந்த கண்ணோட்டங்களை பகிர்ந்துகொண்டமைக்காக சமூக ஊடகத்தில் ட்ரால்களால் 'நிர்பயா பாணி பலாத்காரத்திற்கு' ஆளாக நேரிடும் என்று மிரட்டப்பட்டதுதான். பிற பெண்களின் பிரச்சினைகளை கேட்கும்போது ஏதும் கேட்காதது போன்ற தொனியில் பேசக்கூடிய இரானி, தன்னுடைய பாதுகாப்பு குறித்து சதுர்வேதி ஏன் கவலைப்படுகிறார் என்று தெரிந்துகொள்ள விரும்புவதாக கூறினார். அத்துடன் என்டிடிவிக்கு அளித்த ஒரு பேட்டியில் சதுர்வேதியை தாக்கிப் பேசியதன் மூலம் இரானியே அவருடைய சரிந்துவரும் அரசியல் வாழ்க்கைக்கு புத்துயிரும் அளித்துவிட்டார்.

இந்த ட்ரால்கள் எல்லாம் எந்தளவுக்கு முறைப்படுத்தப்பட்டவர்களாக இருக்கின்றனர் என்பதுதான் தெளிவாகவே இல்லை, அல்லது இந்த ட்ரால்கள் அதிகாரப்பூர்வமாக கட்சியுடன் இணைந்திருக்கிறார்களா அல்லது அவர்கள் வெறுமனே

வரைமுறையற்ற, உற்சாக ரசிகர் கூட்டத்தைச் சேர்ந்த மந்தைகள் மட்டும்தானா என்பதும் தெளிவாகவில்லை. பின்வரும் அத்தியாயங்களில், ஒருசில ட்ரால்களும் பிஜேபியின் சமூக ஊடகப் பிரிவினுடைய முன்னாள் உறுப்பினர் ஒருவரும் அந்தக் கட்சியின் டிஜிட்டல் பிரிவின் வேலைப்பாடுகள் குறித்து முதல்முறையாக நேரடி சாட்சிய விவரங்களை அளித்திருக்கிறார்கள்.

ஆனாலும்கூட, இந்த விவகாரம் குறித்து அதிகாரப்பூர்வமாகவே பிரதமர் மோடி எப்போதும் மௌனம்தான் சாதிப்பார். மூத்த பிஜேபி தலைவரும் நிதியமைச்சருமான அருண் ஜேட்லி, பிஜேபி ஆதரவாளர்கள்தான் இந்த பயங்கரமான ட்ரால்களுக்கு ஆதரவளிக்கிறார்கள் என்பதை தான் தனிப்பட்ட முறையில் ஏற்றுக்கொள்ளாததால் இந்த விஷயத்திற்கு அரசாங்கத்தாலும் எதுவும் செய்ய முடியாது என்று கூறியிருக்கிறார். ஆன்லைன் விஷமத்தனங்களில் இருந்து தங்களை தள்ளியே வைத்துக்கொள்ளும் வகையில் கட்சித் தலைவர்கள் பலரும் இந்த நிலைப்பாட்டைத்தான் எடுக்கிறார்கள். ஆனாலும் நமக்குத் தெளிவாக தெரிவது என்னவென்றால் கட்சியின் சில அலுவலக நிர்வாகிகள் – அர்விந்த் குப்தா, கிரிராஜ் சிங் மற்றும் பிரீதி காந்தி – வெளிப்படையாகவே இத்தகைய தூண்டல்களை ஆதரிக்கிறார்கள். அதே சமயத்தில் பிரதமரேகூட இந்த தூற்றுநர்கள் பலரையும் விடாது பின்தொடரத்தான் செய்கிறார்.

பிரதமர் மோடியின் அமைச்சரகத்தைச் சேர்ந்த மூன்று உறுப்பினர்கள் சமூக ஊடகத்தை புதுமையான வகையில் பயன்மிக்க நிகழ்நேர புகார்களுக்கும் பயன்படுத்துகிறார்கள் என்பதும்கூட கவனிக்கத் தகுந்ததே. வெளியுறவுத்துறை அமைச்சர் சுஷ்மா சுவராஜ் உலகம் முழுவதிலும் பிரச்சினையில் உள்ள இந்தியர்களுக்கு பல்வேறு வகையான பிரச்சினைகள் குறித்தும் பதிலளிக்கிறார், இவற்றில் பாஸ்போர்ட்டுகள், தொலைந்துபோன ஆவணங்கள் மற்றும் சச்சரவிற்குரிய பிரதேசங்களில் மாட்டிக்கொண்ட குடிமக்களுக்கு உதவுதல் உள்ளிட்டவையும் அடங்கும். அவர் தனக்கே உரித்தான ஒரு புதிய பிம்பத்தையும் அரசியலமைப்பையும் செதுக்கிக் கொண்டுள்ளார். ஒரு குளிர்சாதனப் பெட்டி பற்றிய புகாருக்கு உதவும் வகையில் இந்தியர்களுக்கு உதவி செய்வதில் பரபரப்பாக

இருப்பதாக அவர் ஒரு பயனருக்கு கூறும்போது அவருடைய புத்திக்கூர்மையும் நகைச்சுவையுணர்வும் தெளிவாகத் தெரிகிறது. சுவராஜின் டிவிட்டர் ஆளுமையானது பிஜேபி விமர்சகர்களிடம் இருந்துகூட அவருக்கு பாராட்டுதலை பெற்றுத் தந்திருக்கிறது. சுரேஷ் பிரபு மற்றும் மேனகா காந்தி ஆகியோரும்கூட முறையே ரயில்வே சேவைகளில் நிகழ்நேர உதவியை வழங்குதல் மற்றும் #IAmTrolledHelp-ஐ உருவாக்கியது ஆகியவற்றிற்காக குடிமக்களுக்கு உதவும் முயற்சியில் டிவிட்டரை பயன்படுத்துகிறார்கள்.

விஷமத்தனமான ஆன்லைன் வெறுப்பு பேச்சின் உலகளாவிய கலாச்சாரமானது அதன் ஒவ்வொரு மூலை முடுக்கிலும் வெளிக்கொண்டுவரப்பட வேண்டும். இந்தியாவின் ட்ரால் கலாச்சாரத்தையும் இந்த பின்னணிக்குள்தான் கொண்டுவர வேண்டும். ஆம் ஆத்மி கட்சி உறுப்பினர்கள்கூட இத்தகைய வெறுப்பு பேச்சினை 'மோடியும் மாதுரியும்' என்றோ அல்லது 'மோடியின் அத்துமீறல்கள்' என்றோ தொடர்ந்து இப்படிப்பட்ட விஷயங்களை உருவாக்கத்தான் செய்கிறார்கள், ஆனாலும் அவர்கள் கொலை மற்றும் பலாத்கார மிரட்டல்கள் விடுப்பது மற்றும் வெறுப்பைத் தூண்டக்கூடிய வீடியோக்கள் அல்லது படங்களை பகிரும் அளவுக்கு செல்வதில்லை.

ஆம் ஆத்மி கட்சிக்கான தகவல் தொழில்நுட்பம் மற்றும் புத்துருவாக்க தலைவரான அங்கித் லால் தாங்கள் பணம் கொடுத்தெல்லாம் சமூக ஊடக ராணுவத்தை வைத்திருக்கவில்லை என்றும், தன்னார்வலர்களை மட்டுமே பயன்படுத்துவதாகவும் என்னிடம் கூறியிருக்கிறார். அத்துடன், பெண் பத்திரிக்கையாளர்களுக்கு எதிராக பாலியல் துன்புறுத்தலை ஒரு ஆயுதமாக பயன்படுத்துவதில் அவருக்கு நம்பிக்கையும் இல்லை. ஆனாலும்கூட, தங்களுடைய கட்சியை அல்லது தலைவர் அர்விந்த் கேஜ்ரிவாலை விமர்சிக்கின்ற பத்திரிக்கையாளர்களுடன் சட்டென்று விரும்பத்தகாத முறையில் நடந்துகொண்டு விடுகிறார்கள். சமீபத்திய உதாரணம் என்று சொன்னால், கெஜ்ரிவாலேகூட முன்னாள் இந்தியன் எக்ஸ்பிரஸ் ஆசிரியர் சேகர் குப்தாவை காங்கிரஸின் 'தலால்' (இடைத்தரகர்) என்று அழைத்ததை சொல்லலாம், இப்போதோ அவர் மோடியின் 'தலால்' ஆகிவிட்டார். ஏனெனில்

டெல்லியில் ஒரு மலேரியா மரணம் நிகழ்ந்திருக்கிறது என்று கூறியதால் அவர் பத்திரிக்கைத் துறைக்கே அவமரியாதையை தேடித் தந்துவிட்டார்.

ஆனாலும்கூட, வலதுசாரி பிரதிநிதிகள்தான் இந்தியாவின் ஆன்லைன் அரசியல் உரையாடல்களை ஆக்கிரமித்திருக்கிறார்கள் என்பதுடன் மற்ற எவரைக் காட்டிலும் மிகுந்த அசிங்கத்தையும் வன்முறையையும் வெளிப்படுத்துகிறார்கள். இணை அமைச்சர்களும் அதிகாரிகளும் பயன்படுத்துகின்ற மொழியும்கூட முற்றிலும் பொருத்தமற்றதுதான் என்பதற்கும் மேலாக அது ஆழ்ந்த பிரச்சினைக்குரிய ஒன்றும்தான். கட்சி ஆதரவாளர்களின் இத்தகைய உளறல்களும், கட்சியில் அதிகாரப்பூர்வ பிரதிநிதிகளின் பேச்சும் ஒன்று சேர்ந்துவிடும்போது அதன் அரசியல் எதிர்விளைவுகள் மிகுந்த கவலைக்குரிய ஒன்றாகிவிடுகின்றன.

புர்கான் வாணியின் மரணத்தைத் தொடர்ந்து நடந்த போராட்டங்களின்போது காஷ்மீரில் பெல்லட் தோட்டா குருடாக்குதல் பற்றி டிவிட்டரில் மிக வெளிப்படையாக நடந்த விஷமத்தனங்களை எடுத்துக்கொள்வோம். இதனை காஷ்மீரிகளை பெருமளவுக்கு கொன்றுகுவித்தலுக்கான சமூக ஊடகத்தின் அறைகூவலுடன் சேர்த்தேதான் பார்க்க வேண்டியிருக்கிறது. 80,000 பின்தொடர்பவர்களைக் – பிரதமர் மோடி உட்பட - கொண்ட @ggiittiikkaa என்ற ஒரு நிர்வகிப்பு வாணியின் இறுதி ஊர்வலத்தினுடைய படங்களை டிவீட் செய்து அத்துடன் பின்வருமாறு குறிப்பிட்டிருக்கிறது

> தீவிரவாதி புர்கானின் இறுதி ஊர்வலத்தில் 20,000 பேர் பங்கேற்பு. ஒரு குண்டுவீசி இந்த 20,000 பன்றிகளுக்கு நிரந்தரமான ஆஸாதி காஷ்மீரை கொடுத்துவிட வேண்டும்.

காஷ்மீரிகளை படுகொலை செய்ய அழைப்பு விடுக்கும் இது 1,184 முறைகளுக்கு மறுடிவீட் செய்யப்பட்டது, 1,086 முறைகள் லைக் செய்யப்பட்டிருக்கிறது.

गीतिका
@ggiitiikkaa

Follow

20K attended funeral of terrorist Burhan. Should have dropped a bomb and given permanent Azadi to these 20K pigs

RETWEETS 1,091 LIKES 1,018

9:24 AM - 9 Jul 2016

புர்கான் வாணியின் இறுதி ஊர்வலத்தை தொடரும் டிவீட் இருபதாயிரம் காஷ்மீரிகளை படுகொலை செய்ய அழைப்பு விடுக்கிறது

'ஜம்மு மற்றும் காஷ்மீர் அரசில் பிஜேபி கூட்டணி வகிக்கிறது. இந்தியாவின் மிகவும் பதற்றமான மாநிலத்தில் நடந்த ஒரு இறுதி ஊர்வலத்தில் கலந்துகொண்ட குடிமக்களை படுகொலை செய்ய விரும்பும் நிர்வகிப்புகளை பிரதமர் உண்மையிலேயே பின்தொடரத்தான் செய்கிறாரா?' என்று ஏபிபீ நியூஸ் எடிட்டர் அபிஸார் ஷர்மா கேட்டிருக்கிறார், அவரும்கூட வலதுசாரி பயனர்களால் நடத்தப்படும் திட்டமிட்ட ட்ராலால் பாதிக்கப்பட்டிருப்பதாக கூறுகிறார்.

தானும் தன்னுடைய குடும்பத்தினரும் கடுமையான துன்புறுத்தலுக்கு ஆளானதற்கு பின்னர் ஏறக்குறைய டிவீட் செய்வதையே நிறுத்திவிட்ட ஷர்மா கூறுகையில், 'மோடி அரசாங்கத்தை குறித்து அசௌகரியமான கேள்விகள் கேட்கத் துணிகின்ற லிபரல்களை ட்ரால் செய்வதிலும், தூற்றுவதிலும் ஆளும் நிர்வாகத்தினரின் சமூக ஊடகப் பிரிவுதான் ஈடுபட்டிருப்பதாகத் தெரிகிறது. இது திட்டமிட்ட ஒன்றுதான் என்றே நினைக்கிறேன். கிரிராஜ் சிங் போன்ற அமைச்சர்கள் தூற்றும் நிர்வகிப்புகளை பாதுகாப்பதையும், அவர்களுடைய கணக்குகளை பழைய நிலைக்கு திருப்பித் தருமாறு கோருவதையும் பார்க்கும்போது நான் வேறு எந்தமாதிரியான முடிவுக்குத்தான் வரமுடியும்?'

'இந்த விவகாரங்களில் பிரதமர் காட்டிவரும் மௌனம் இப்போது தலித்துகள் மற்றும் முஸ்லீம்கள் மீதான தாக்குதல்களுக்கும் காரணமாகியிருக்கிறது. அந்த அரக்கன் இப்போது கட்டுப்பாட்டில் இருந்து நழுவிக்கொண்டிருப்பது போல் தெரிகிறது. சிறுபான்மையினரின் பாதுகாப்பின்மையை தங்களுடைய பிரச்சாரத்தினால் ஊட்டி வளர்க்க எல்லை தாண்டி காத்திருக்கும் சக்திகளுக்கு இது ஒரு தகுந்த சூழ்நிலையையே உருவாக்கித் தருகிறது. இதைத்தான் நாம் உண்மையிலேயே விரும்புகிறோமா?'

உதாரணத்திற்கு, காஷ்மீரிகளை படுகொலை செய்யக் கோரும் டிவீட் அழைப்பு பாகிஸ்தானில் வைரலானது, அது அந்த நாட்டில் இந்தியாவுக்கு எதிரான உணர்வுகளை தீவிரப்படுத்தவே பெருமளவுக்கு காரணமாகியிருக்கிறது என ஷர்மா சுட்டிக் காட்டுகிறார்.

'தெருவை பிரதிபலிக்கும் ஸ்டுடியோக்கள்' மற்றும் தேவையற்ற இருமைவாதங்கள் உருவாக்கப்படுவது குறித்த காஷ்மீரி ஐஏஎஸ் முதன்மை வெற்றியாளரான ஷா ஃபைஸலின் வேதனைக் கூக்குரலும்

இந்த உரையாடல் எந்தளவுக்கு எதிரெதிர் முனைகளில் நிற்கின்றன என்பதைக் காட்டுகின்றன. 2016 ஜூலையில் ஃபைஸலின் வேதனையான பேஸ்புக் கருத்து இந்தியன் எக்ஸ்பிரஸ் பத்திரிக்கையில் மறுபதிப்பு செய்யப்பட்டது. பின்னர் எதிர்பார்த்தபடியே அவர் மோடி அரசாங்கத்தால் சென்ஸார் போர்டிற்கு நியமிக்கப்பட்ட அஷோக் பாண்டே போன்ற கட்சி விசுவாசிகளால் 'துரோகி' என்றும் 'தீவிரவாதி' என்றும் தாக்கப்பட்டார்.

சேவை நடத்தை விதிகளுக்கு உட்பட்ட ஒரு ஐஏஎஸ் அதிகாரியாக இந்திய அரசாங்கத்தின் அனுமதி பெறாமல் பதில் கூறுவதற்கு ஃபைஸலுக்கு அனுமதியில்லை. அதே மாதத்தில், பணியாளர்கள் மற்றும் பயிற்சித் துறையின் விதிமுறைகளை அரசாங்கம் மாற்றியது. எந்த ஒரு அதிகாரியும் அரசாங்கத்தின் அனுமதி இல்லாமல் எதையும் எழுதக்கூடாது என அது எப்போதுமே குறிப்பிட்டு வந்துள்ளது. இப்போது அது சமூக ஊடகம் வரை நீண்டிருக்கிறது.

என்னுடனான ஒரு நேர்காணலில், முன்னாள் பிஜேபி அமைச்சரும், முன்னாள் கட்சி உறுப்பினரும், மோடியின் தீவிர விமர்சகருமான அருண் ஷோரி இந்தக் கவலைக்குரிய விஷயங்களை வெளிப்படையாக விவரித்தார். 'அவர்களைப் பின்தொடர்வதன் மூலம் மோடி இந்த செய்தியைத்தான் தருகிறார்: நான் இதை பின்தொடர்கிறேன். நீங்கள் அதை பின்தொடர்கிறீர்கள் [என்றால்] அதை நீங்களும் உற்சாகப்படுத்துகிறீர்கள், என்பதுதான் அது. அடுத்தபடியாக அவர்களை அவர் வரவேற்றார் என்றும் கேள்விப்பட்டேன். நீங்கள் அதே ஆட்களை பிரதமரின் அதிகாரப்பூர்வ அலுவலகத்திற்கு வரவேற்கிறீர்கள். அப்படியென்றால் உற்சாகமுற்ற அந்த நபர்கள் மோடியுடன் தாங்கள் இருக்கும் படத்தை பதிவிடுகிறார்கள். அவர்களில் ஒருவர் பிஜேபியின் ஐடி பிரிவிற்கு தலைவராக நியமிக்கப்பட்டார் என்றும் நான் கேள்விப்பட்டேன், அதனால் இது ஒரு கட்சி செயல்பாடு என்றும், பல ஆபரேஷன்களுள் ஒன்று ஒட்டுமொத்த நாட்டின் குரல்களையும் மௌனமாக்க பயன்படுத்தப்படுகிறது என்பது தெளிவாகத் தெரிகிறது.'

2
பிஜேபி தொடர்பு

இந்தப் பரந்தகன்ற ட்ரால் ராணுவத்திற்கு பிஜேபியுடன் உள்ள தொடர்பு எவ்வளவு நெருக்கமானது? அவர்களுக்கு பணம் தரப்படுகிறதா? அவர்கள் அமைப்பு ரீதியானவர்களா? பிஜேபிக்கு அதனுடைய 11 அசோகா சாலை அலுவலகத்தில் சமூக ஊடகப் பிரிவு இருக்கிறது. அதனுடைய அதிகாரப்பூர்வ வேலை பிரதமர் மோடி மற்றும் கட்சியின் சாதனைகளை முனைப்பாக்கி அவரை டிரெண்டாக்குவதுதான். ஆனால் அந்தப் பிரிவின் தலைவரான அர்விந்த் குப்தா தனிப்பட்ட முறையில் டிவிட்டரில் உள்ள சில ட்ரால்களை ஆதரிக்கிறார். நான் முப்பதுக்கும் மேற்பட்ட பிஜேபி சமூக ஊடக தன்னார்வலர்களை சந்தித்தேன், அவர்கள் எல்லோருமே தங்களுடைய வேலைத்திட்டம் (பார்க்க அத்தியாயம் 3) மற்றும் அடையாளம் தெரியாமல் இருப்பதன் நிலைகள் பற்றி ஒரேவிதமான விஷயத்தையே கூறினர். பிறகு நான் சாதவி கோஸ்லாவை சந்தித்தேன், முன்னாள் பிஜேபி சமூக ஊடகப் பிரிவு உறுப்பினரான அவர் தன்னுடைய கதையை என்னிடம் சொல்ல முன்வந்தார். ஆனால் நாம் அதற்குள் நுழையும் முன்னர் இதுபற்றிய சில பின்னணிகளை முதலில் பார்க்கலாம்.

தேர்தல் 2014

லேன்ஸ் பிரைஸ் என்பவர் எழுதியுள்ள தி மோடி எஃபெக்ட் என்ற புத்தகத்தில், 2010 முதல் பிஜேபியுடன் பணிபுரிந்து வரும் அர்விந்த் குப்தா கூறுகையில், 'மோடி முகாமானது மையநீரோட்ட ஊடகத்தில் இருந்து கேள்விப்படுகின்றவற்றால் "பலமிழந்தவர்களாக" உணர்ந்திருந்தது. எங்களுடைய பதில் முற்றிலும் அவற்றைத்தான், அவர்கள் எதை தெரிவிக்க முடிவெடுத்திருக்கிறார்கள் என்பதைப் பொறுத்தேதான் அமைந்திருந்தது' என்கிறார். குப்தாவின் கூற்றுப்படி, 'சமூக ஊடகம் எல்லாவற்றையும் மொத்தமாக மாற்றிவிட்டது' - இதற்கு முக்கிய பயிற்சியளித்தது ஆர்எஸ்எஸ், (பார்க்க அத்தியாயம் 5) சமூக ஊடகம் மற்றும் அதன் சக்திகளைப்

பற்றிய அந்த அமைப்பின் ஆழ்ந்த அமைப்புரீதியான புரிதலைத்தான் அவர் சுட்டிக் காட்டியுள்ளார். பிரைஸ் மேலும் எழுதுகையில் 'மோடி குஜராத்தில் முதலமைச்சராக இருந்த தன்னுடைய ஆரம்ப காலத்தில் இருந்தே எந்த ஒரு, எத்தகையதொரு சந்தர்ப்பத்திலும் ஊடகமானது, குறிப்பாக ஆங்கில ஊடகமானது தனக்கு குழிபறிக்கத் தயங்காது என்பதை புரிந்தே வைத்திருந்தார். மோடிக்கு சமூக ஊடகம் என்பது உணர்வுப்பூர்வமானது மட்டுமல்ல, அது அவசியமான ஒன்று.'

2014 தேர்தலில் மோடியின் வெற்றியில் சமூக ஊடகமானது இவ்வகையில்தான் மையக் காரணியாக செயல்பட்டிருக்கிறது. அர்விந்த் குப்தாவின் நிர்வாகத்தின் கீழ் பிஜேபியினுடைய சமூக ஊடகப் பிரிவின் அதிகப்படியான தொடு எல்லைதான் இந்த நாடு கண்டதிலேயே மிகவும் செயல்திறன்மிக்க அரசியல் பிரச்சாரங்களுள் ஒன்று என்பது பரவலாக குறிப்பிடப்பட்டது. ஆனால், தேர்தல்களின்போதே அதனுடைய உறுப்பினர்களின் நடத்தை மற்றும் ஆன்லைனில் உங்களால் என்ன செய்ய முடியும் அல்லது என்ன செய்ய முடியாது என்பது பிரச்சினைக்குரிய கேள்விகளை எழுப்பியது.

நியாயமான முறைப்படுத்தப்பட்ட தேர்தல்கள் நடப்பவை உறுதிப்படுத்த வேண்டிய பொறுப்பைக் கொண்டிருந்த, முன்னாள் தலைமைத் தேர்தல் ஆணையர் எஸ்.ஓய்.குரேஷி, தேர்தல்களின்போது அரசியல்வாதிகள் மற்றும் அரசியல் கட்சிகளுக்கான ஊடகமானது சமூக ஊடகம் வரையிலும் நீட்டிக்கப்படுவதற்கான வழிகாட்டுதல்களை தேர்தல் ஆணையம் பெற்றிருக்க வேண்டும் என்கிறார்.

வேட்பாளர்கள் மற்றும் அரசியல் கட்சிகளுக்கான நிதி வரம்பு சமூக ஊடகத்திற்கும் செல்லுபடியாகக்கூடியதாக இருக்க வேண்டும் என அவர் வாதிடுகிறார். விளம்பரங்களில் அரசியல் கட்சிகளால் பயன்படுத்தப்படும் உட்கருத்துகள்கூட தேர்தல் ஆணையத்தின் அனுமதி பெற்றாக வேண்டும் என்றுகூட அவர் கருதுகிறார். இதன் மூலமாகத்தான் வகுப்புவாதத்தை தூண்டுதல் மற்றும் பிரிவு 150 (வாடகைக்கு ஆளமர்த்த அல்லது அவ்வாறு திட்டமிட்டு சட்டவிரோதமாக ஒன்றுகூடுதல்) ஆகியவை உள்ளிட்ட இந்திய தண்டனைச் சட்டத்தின் பிரிவுகள் மீறப்படவில்லை என்பதை உறுதிப்படுத்திக்கொள்ள முடியும்.

சட்டப்படியான எல்லா அரசியல் கட்சிகளும் தங்களுடைய ஊடகச் செலவை தேர்தல் ஆணையத்திடம் அறிவிக்க வேண்டும். ஆனால் டிஜிட்டல் ஊடகத்தில் நீங்கள் விரும்பிய அளவுக்கு செலவு செய்துகொள்ளலாம் என்பதுடன் தேர்தல் பிரச்சாரத்தின்போது அது சோதனைக்கு உட்படுத்தப்படாது, உட்கருத்தைப் பற்றிய கேள்விகளும் எழுப்பப்பட மாட்டாது. புதிய போர்க்களமான சமூக ஊடகத்தில் கவனம் செலுத்துவதை அதிகரிக்க வேண்டும் என்பதை விளக்க இதுவே போதுமானதாகும்.

டாக்டர் குரேஷியின் கூற்றுப்படி நிகழ்நேர பிரச்சாரங்கள் சமூக ஊடகத்தில் மேற்கொள்ளப்படும்போது தேர்தல் ஆணையத்தால் அதனுடைய வெறுப்புக் கருத்து அல்லது தூண்டலை கண்காணிக்க இயலாது. டிவிட்டரில் அநாமயதேயமாக செயல்படுவதால் அது மேற்கொண்டு இதுபோன்ற வன்முறையை தூண்டும் கருத்துகளை துரிதப்படுத்துவதற்கான வாய்ப்பையே அளிக்கும். மேலும் அதை மறுப்பதற்கான கேடயத்தையும் அரசியல் கட்சிகளுக்கு வழங்கிவிடும்.

டாக்டர் குரேஷி வருத்தப்பட்டு கூறுகிறார், 'தடைசெய்யும் நடவடிக்கை மட்டும் எடுக்கப்பட்டாலே இதனை மிகச் சுலபமாக சமாளித்துவிடலாம். தேர்தல்களின்போது தேர்தல் ஆணையத்தின் நெறிமுறைகளுக்கு உட்பட்டு செயல்பட காவல்துறைக்கு அதிகாரம் இருக்கிறது. ஆனால் வெறுப்பு விஷமத்தனம் மற்றும் மதவெறியைத் தூண்டும் செயல்கள் ஒரு செல்வாக்குமிக்க அரசியல் கட்சியால் நடத்தப்படுகின்றன எனும் நிலையில், காவல்துறை வழக்கு பதிவு செய்தாலும்கூட அதை அப்படியே செயல்படுத்தாமல் விட்டுவிட்டு பணம் பெறும் ட்ரால்களுக்கு சுதந்திரத்தையும் ஊக்கத்தையும் தந்துவிடும்.'

தங்களுடைய வரம்பற்ற, கணக்கில் வராத செலவின் மூலமாக, பிரதான அரசியல் கட்சிகளின் சமூக ஊடக பிரிவுகள் எப்படி இவ்வளவு விரைவாக வளர்ந்திருக்கின்றன என்பதை இதுவே விளக்கிவிடலாம். டாக்டர் குரேஷியிடம் அவருடைய முன்மொழிவின் விதி என்னவாயிற்று என்று கேட்டேன். அதற்கு பெரும் தடை ஏற்பட்டதாகவும், சிலர் இதை 'கருத்து சுதந்திரத்தின் மீதான தாக்குதல் என்றும், சமூக ஊடகத்தைக் கண்காணிப்பதற்கான முயற்சி என்றும்' கூறியதாக சிரித்துக்கொண்டே கூறினார். இது உள்நோக்கமும் அல்ல திட்டமும் அல்ல. இது சாமானிய

மனிதனை பாதித்துவிடாது. தாங்கள் சமூக ஊடகத்திற்கு எவ்வளவு செலவழித்தோம், அவர்களுடைய விளம்பரங்களில் உள்ள உட்கருத்துகள் என்ன என்பதை அறிவிக்க வேண்டிய நிலையில் இருக்கும் அரசியல் கட்சிகளை மட்டுமே பாதிக்கும்.

பிஹாரில் 2015 சட்டப்பேரவை தேர்தலுக்கு சற்று முன்பாக பிஜேபியால் வெளியிடப்பட்ட பிரபலமான பசு விளம்பரத்தை நினைவுபடுத்திப் பாருங்கள். இது வெளிப்படையாகவே கோபத்தைக் கிளறக்கூடியது என்பதுடன் தேர்தல் ஆணையத்தால் விளாசப்பட்டு அந்த விளம்பரம் திரும்பப் பெறப்படுமாறு கேட்டுக்கொள்ளப்பட்டது. அச்சு மற்றும் எலக்ட்ரானிக் ஊடகத்தில் இருந்து அந்த அவதூறான விளம்பரத்தை பிஜேபியை கட்டாயப்படுத்தி திரும்பப்பெற வைத்துவிட்டாலும் அது முன்னதாகவே சமூக ஊடகத்தில் வெளியாகி பரவலாக ஒரு சுற்று வந்துவிட்டது.

அசோகா சாலை பிரிவு

இன்று, அந்த விளம்பரங்களுக்கு இரண்டு வருடங்களுக்குப் பின்னர் குப்தாவும் அவருடைய குழுவினரும் தேர்தல் பிரச்சாரத்தை நடத்துவதில் இருந்து விலகி கட்சியின் சமூக ஊடகப் பிரிவை நடத்த வந்துவிட்டனர். குப்தாவால் கட்டுப்படுத்தப்படும் இது பிஜேபியின் தலைமையகத்துக்கு வெளியே புது தில்லியில் உள்ள 11 அசோகா சாலையில் இருந்தபடி செயல்படுகிறது. இந்தப் பிரிவானது குப்தாவால் முடிவுசெய்யப்படுகின்ற குறிப்பிட்ட ஹேஷ்டேக்குகள் ஒரு குறிப்பிட்ட நாளில் சமூக ஊடகத்தில் டிரெண்ட் ஆவதை உறுதிப்படுத்தும் முக்கிய உறுப்பினர்களால் ஆனது.

அந்த குறிப்பிட்ட நாளின் டிவீட் நிகழ்ச்சிநிரல் குறித்து இந்தியா முழுவதிலும் உள்ள சமூக ஊடகப் பணியாளர்களின் பெரியதொரு நெட்வொர்க்கிற்கு அறிவுறுத்தல்களை அனுப்புவார்கள் - இந்த நெட்வொர்க்கின் ஐடி பிரிவிற்கு நியமிக்கப்படும் ஊழியர்களில் பாதி தன்னார்வலர்களையும், பணம் பெற்று வேலை செய்யும் மீதிப் பணியாளர்களையும் கொண்டது. இவற்றில் பெரும்பகுதியும் வகைமாதிரியான மக்கள் தொடர்புகள் சம்பந்தப்பட்டவை - அதாவது, பிரதமர் மோடி மற்றும் அமித் ஷா தெரிவிப்பதை டிவீட் செய்வது அல்லது பிஜேபி அல்லது திரு. மோடி சம்பந்தப்பட்ட

டிரெண்டாகும் அம்சத்தை உருவாக்குவது. இதனால் பிரதமரைப் பாராட்டுகின்ற அல்லது அவருக்கு ஆதரவாக டிரெண்டிங் ஆகின்ற விஷயங்கள் 'VishvaGuruPM' போன்ற அடையாளப்பூர்வமாக ஒரே வார்த்தை கொண்ட ஆயிரக்கணக்கான டிவீட்களை உங்களால் பார்க்க முடியும்.

பிஜேபி ஒரு தொலைநோக்கின் அடிப்படையில்தான் சரிபார்ப்பு நிகழ்முறைகள் தீவிரம் குறைந்திருந்த காலத்திலேயே, ஆயிரக்கணக்கான உறங்கும் டிவிட்டர் கணக்குகளின் வங்கியையே உருவாக்கிவிட்டிருந்த்து. இந்தக் கணக்குகள் எல்லாம் தேவைப்படும்போது பயன்படுத்துவதற்கான கட்சித் தொண்டர்களின் கணக்குகள். பிஜேபி அவற்றை ஒரே நேரத்தில் புயல்போல் டிவீட் தாக்குதல் நடத்துவதற்காக பயன்படுத்தியது. மேலும் அவர்களிடம் கட்சியின் மத்திய ஐடி பிரிவால் அடுத்தடுத்து ஒரேவிதமான செய்திகளை டிவீட் செய்யும் விதத்தில் கட்டுப்படுத்தப்படும் தானியக்க குவிப்புகளும் இருந்தன. இவையெல்லாம் சமூக ஊடக நெட்வொர்க்குகளில் வெளியுலகிற்கு ஒரு நிஜமான பயனர் பயன்படுத்துவது போன்றே தோன்றச்செய்யும் வகையில் செயல்படும் அல்காரிதம்கள் ஆகும். இவ்வகையில் அந்தப் பிரிவு அடிப்படையான திரும்பச் செய்யும் வேலையின் மூலமாகவும், ஒரு குறிப்பிட்ட டிவீட்டை காலவரிசையில் வெள்ளமென பரவச்செய்வதன் வழியாகவும் செயல்பட்டது. இது சில நொடிகளுக்குள்ளாகவே பலதரப்பட்ட டிவிட்டர் கணக்குகளில் இருந்து டிவீட் செய்யும்படி வரிசையாக அமைக்கப்பட்டிருக்கும். சாதாரணமாக டிரெண்டாகும் ஹேஷ்டேக்குகளில் நடப்பது போன்ற அதே விஷயம்தான் இது.

செய்திகளை விரைவாக பரப்புவதில் மிகவும் செயல்திறன்மிக்க மையமாக இந்த பிஜேபி சமூக ஊடகப் பிரிவு மிக அருமையாக அமைக்கப்பட்டது. தெளிவடையவே முடியாத விஷயம் என்னவென்றால், ஆன்லைன் வலதுசாரி ட்ரால்களுடன் அது கொண்டிருக்கும் துல்லியமான உறவு மற்றும் அது எந்தளவுக்கு தன்னுடைய தினசரி ஒருங்கிணைப்புகளை நீட்டிக்கிறது என்பதுதான். நிறைய சமூக ஊடகப் பணியாளர்களுடனான என்னுடைய உரையாடல்களை அடுத்து, சாதவி கோஸ்லாதான் இவை இரண்டிற்கும் இடையிலுள்ள தெளிவான தொடர்பையும், 11 அசோகா சாலையானது பெரும்பாலான ஆன்லைன் ட்ரால்களை கட்டுப்படுத்துவதையும் எனக்கு நிரூபித்துக் காட்டினார்.

கோஸ்லாவின் கதை

இளம் தொழில்முனைவோரான கோஸ்லாவுக்கு 2013, டிசம்பர் 5-ஆம் தேதி மிகவும் பிரத்யேகமான ஒரு நாள். கோஸ்லா இப்போது குருகிராமில் இருக்கும் ஒரு கேபிஓ நிறுவனத்தை நடத்தி வந்தார். அவருக்கு அச்சமயத்தில் குஜராத் முதல்வராக இருந்த நரேந்திர மோடியின் அலுவலகத்தில் இருந்து வந்த தொலைபேசி அழைப்பில், சமூக ஊடகத்தில் அவருடைய பணித்திறனை முதல்வர் பாராட்டியதாக சொல்லப்பட்டது. அவருக்கு பிஜேபியின் சமூக ஊடகக் குழுவில் சேர்ந்துகொள்வதற்கும் தனிப்பட்ட முறையில் அழைப்பு விடுக்கப்பட்டது.

கோஸ்லா அப்போது மாற்றத்திற்கான தேவை குறித்தும், ஊழலானது ஒரு கொள்ளை நோயாக இந்தியாவை அழித்துக்கொண்டிருப்பது பற்றியும், ஒரு வலுவான தலைவர்தான் இக்காலத்திற்கான தேவை என்பது பற்றியும் டிவீட் செய்து கொண்டிருந்தார். அந்த அழைப்பிற்குப் பின்னர், திரு. மோடியும் அவரை டிவிட்டரில் பின்தொடர்ந்தார், அது இப்போதுவரை தொடர்ந்துகொண்டுதான் இருக்கிறது.

கோஸ்லா தன்னுடைய பிஜேபி சமூக ஊடகப் பிரிவு டி-ஷர்ட்டில்

கோஸ்லா, பஞ்சாப் பல்கலைக்கழகத்தில் படித்த ஒரு கவர்ச்சியான முப்பத்தி ஏழு வயது தொழில்முறை நிர்வாகி. அவர் சந்தையிடல் துறையில் நிபுணத்துவம் பெற்றவர். அமெரிக்காவில் ஆறு வருடங்கள் செலவிட்ட பின்னர் தன்னுடைய பெற்றோருடன் இருக்கவும், தன்னுடைய சொந்த நாட்டிலேயே மகனை வளர்க்கவும் இந்தியாவிற்குத் திரும்பியிருந்தார். தொலைபேசி அழைப்புகளில் பேசுவதில் மிகுந்த உற்சாகமுள்ளவர். அவருடைய போற்றுதலுக்குரிய, அவர் இந்தியாவின் பிரதமராக காண விரும்பிய மனிதர் இந்தியாவை மாற்றுவதற்கான அமைப்பில் சேரவும், முன்னேற்றத்தை கொண்டுவரவும், 'achhe din'-ஐ பறைசாற்றவும் அவரைக் கேட்டுக்கொண்டுள்ளார்.

கோஸ்லா மற்ற எல்லாவற்றையும் ஏறக்கட்டி வைத்துவிட்டு, ஒரு ஊதியமில்லா தன்னார்வலராக சமூக ஊடகப் பிரிவில் சேர்ந்து, மோடி 24*7-க்கான பிரச்சாரத்தில் தன்னை ஈடுபடுத்திக்கொண்டார். அவர் பிரபலமான 'chai pe charcha'-இன் ஒரு பகுதியாக இணைந்து குருகிராமில் அவற்றின் நிறைய பிரிவுகளை அமைத்தார். அப்படியென்றால், திரு. மோடியின் தீவிரமான ஆதரவாளர் மற்றும் அவர் மீது நம்பிக்கை கொண்ட அந்த இளம் பெண்ணை பிஜேபியின் சமூக ஊடகப் பிரிவைக் கண்டு பயந்துபோன ஒருவராக எது மாற்றியிருக்கும்?

பல்வேறு தருணங்களில் அவர் தன்னுடைய கதையை என்னிடம் சொல்லும்போதெல்லாம் வெடித்து அழுதிருக்கிறார். இந்த அழகாக உடையணிந்த, ஜீவனுள்ள, தைரியமான பெண் திரும்பத் திரும்ப அழுவதைப் பார்ப்பதே நிம்மதியற்றுப் போகச்செய்தது. அதுபோன்ற ஒருசமயத்தில் நான் அவரை ஒரு பொது இடத்திற்கு கூட்டிச் சென்றிருந்தபோது மக்கள் எங்களை முறைத்துப் பார்க்க ஆரம்பித்துவிட்டனர். 'Main prayischit karna chahati hoon [நான் செய்த பாவத்திற்கு பிராயச்சித்தம் செய்தே ஆகவேண்டும்]', என்று அவர் என்னிடம் உணர்ச்சிப்பெருக்குடன் கூறினார்.

இதனால்தான் அவர் வெளியே வரத் தீர்மானித்தார்.

கோஸ்லா மூன்று தலைமுறைகளாக காங்கிரஸை ஆதரித்துவந்த குடும்பத்தைச் சேர்ந்தவர். அவருடைய தாத்தா சுரேந்தர்நாத் கோஸ்லா ஒரு சுதந்திரப் போராட்ட வீரர் மற்றும் பஞ்சாபில் உள்ள சமனா தொகுதியின் காங்கிரஸ் எம்எல்ஏ-வும் ஆவார். ஆனால் இவரோ 2014-ஆம் ஆண்டு தேர்தலுக்கு முன்னர் பிஜேபியை

நோக்கிச் சென்றுவிட்டார், 'திரு மோடி பிரதமரானால் மட்டுமே நாடு இறுதியாக முன்னேற்றமடையும் என்பதுடன் ஊழலும், மந்தமான செயல்பாடும் கொண்ட யுபிஏ ஆட்சி மாறும் என்றும் நம்பியிருக்கிறார்.'

இந்த இளம்பெண் ஆழ்ந்த மதநம்பிக்கை கொண்டவர் - அவரால் பகவத் கீதை மற்றும் ராமாயணத்தை உச்சாடனம் செய்ய முடியும் - அத்துடன் அவருக்கு போதிக்கப்பட்ட விஷயங்களும் அவருடைய மதப்பற்றினால் வலுப்பெற்றன. இதெல்லாம் தன்னுடைய என்ஜினியர் கணவருடன் அவர் அமெரிக்காவின் மிச்சிகன் நகரத்திற்கு 2004-இல் குடியேறியபோது தொடங்கியது, அவருடைய கணவர் அப்போது ஹெச்பி தொழில்நுட்ப நிறுவனத்திற்காக பணிபுரிந்து கொண்டிருந்தார். கோஸ்லாவுக்கும் ஒரு ஹெல்த்கேர் நிறுவனத்தில் வேலை கிடைத்தது. சீக்கிரத்திலேயே பெரும் ஊதியம் பெற்றுக்கொண்டிருந்த அவரும், ஒரு இந்தியர் குழுவும் தொடர்ச்சியான அநாமதேய மின்னஞ்சல்களை பெறத் தொடங்கினர். நூறு பக்கங்கள்கூட அளவுடைய அந்த மின்னஞ்சல்கள் காங்கிரசிற்கு எதிராக திடுக்கிடச் செய்யும் குற்றச்சாட்டுகளை கூறின. தன்னுடைய ஹிந்து-எதிர்ப்பு நிலைப்பாட்டினால் சோனியா காந்தியே ராஜீவ் காந்திக்கு எதிராக சதித்திட்டம் தீட்டியதாகவும், பிரியங்கா காந்தி இருமனப்போக்கு குறைபாடுள்ளவர் என்பதுடன் தன்னுடைய கணவர் ராபர்ட் வதேராவிடம் இருந்து பிரிந்து வாழ்கிறார் என்றும், ராகுல் காந்தி போதை மருந்துக்கு அடிமையானவர் என்பதுடன் ஹிந்து அல்லாத ஒருவரை மணந்துகொண்டு குழந்தை பெற்றிருக்கிறார், ஆனால் அது மறைக்கப்பட்டிருக்கிறது என்றும் அந்தக் கடிதங்கள் கூறின. கடந்த ஆண்டுகளில் ப.சிதம்பரம் மற்றும் பர்க்கா தத்தின் ஊழல் பேரங்களையும், நீரா ராடியாவுடன் உள்ள தொடர்பு மற்றும் நீரா ராடியாவின் 'முஸ்லீம் கணவர்கள்' குறித்த விஷயங்களையும் அவை பெரிதுபடுத்திக் காட்டின.

இந்தக் கட்டுரை உள்ளடக்கம் பின்னாளில் - அவர் பிஜேபியின் சமூக ஊடகக் குழுவில் சேர்ந்தவுடன் - தான் பார்த்த வாட்ஸ்அப் ஃபார்வேர்ட்களுடன் பொருந்திப்போவதாகவும், அவை யாவும் குப்தா மற்றும் அவருடைய குழுவால் டிவீட் செய்யுமாறு சொல்லப்பட்டவை என்றும் கோஸ்லா கூறினார். அவரிடம் இப்போதும் அந்த தொடர் கடிதங்கள் இருக்கின்றன என்றும், அத்துடன் 'இந்த அவதூறுக் குற்றச்சாட்டுகளை நாங்கள் திரும்பத்திரும்ப டிவீட் செய்ய வேண்டும் என குப்தா எங்களுக்கு உத்தரவிட்டார். மேலும், மெதுவாக அன்னா ஹஸாரே

இயக்கத்துடன் சேர்ந்து காந்தியின் குடும்பத்தைப் பற்றிய அவை ஏற்றுக்கொள்ளக்கூடிய விஷயங்களாகின. ஏனென்றால் இந்தக் குற்றச்சாட்டுகளை எல்லாம் அவர்கள் எதிர்க்கக்கூட இல்லை. நான் எம்பிஏ படிப்பை முடித்திருக்கிறேன் என்றாலும் இந்தக் குற்றச்சாட்டுகள் என்னை முழுமையாக உள்வாங்கிக்கொண்டன. நான் அவற்றையெல்லாம் உண்மை என தீவிரமாக எடுத்துக்கொண்டேன்.'

கோஸ்லா வேலையில் சேர்ந்த உடன் அவர் நேஷனல் டிஜிட்டல் ஆபரேஷன்ஸ் சென்டருக்கு (NDOC) தலைமை வகித்த அர்விந்த் குப்தாவுடனான சம்பிரதாய சந்திப்பிற்கு அழைக்கப்பட்டார். இந்த NDOC என்பது, மிஷன் 274+ எனப்பட்ட 2014 தேர்தலுக்கான டிஜிட்டல் பிரச்சாரத்திற்கு தன்னார்வலர்களை வழிநடத்தும் சமூக ஊடகப் பிரிவின் அதிகாரப்பூர்வ பெயர். 'நான் ஒரு பெரிய அறைக்கு விரைந்தேன், அங்கே மிகவும் சாதாரணமானவராக காணப்பட்ட குப்தா பலதரப்பட்ட பெரிய 56 அங்குல தொலைக்காட்சித் திரைகளுக்கு முன்பாக குள்ளமாக காணப்பட்டார். அந்தத் திரைகள் யாவும் நிகழ்நேர சமூக ஊடக டிரெண்டுகளின் டேட்டாக்களை அரைத்துக் கொண்டிருந்தன என்பதுடன் குறிப்பிட்ட ஹேஷ்டேக்குகள் டிரெண்ட் ஆவதையும் உறுதிப்படுத்திக் கொண்டிருந்தன.'

குப்தாவுடனான தன்னுடைய முதல் சந்திப்பை நினைவுகூரும்போது கோஸ்லாவிடம் எப்போதும் இருக்கின்ற புன்னகை மறைந்துபோகிறது. 'அவர் மிகவும் பிஸியானவராகவே காணப்படுவார். யுபிஏ அரசையும், காந்தி குடும்பத்தையும் தாக்கி அவர்களை வெளிக்கொண்டு வருவதுதான் இலக்கு என்று என்னிடம் சொன்னார். தானும், தன்னுடைய சமூக ஊடக பொறுப்பாளர் குழுவும் மோடி ஜி-யுடன் ஒவ்வொரு நாள் இரவும் டெலிகான்பிரன்ஸில் பேசுவோம் என்றார். மோடி ஜி பிரச்சாரத்தில் பரபரப்பாக இருந்தால் அந்த சந்திப்பு இரவைக் கடந்தும்கூட நடக்கும் என்றார். இந்தப் பிரச்சாரம் குறித்த சமூக ஊடக செயல்பாடுகள் அனைத்தையும் மோடி ஜி-யே தனிப்பட்ட முறையில் கண்காணித்தார். சமூக ஊடக தன்னார்வலர்களான எங்கள் அனைவருக்குமே அர்விந்த் குப்தா தினமும் மோடி ஜி-யுடன் தொடர்பில் இருப்பார் என்று தெரியும், இதனாலேயே அவர் பெரும் அதிகாரம் பெற்றவராகவும், ஒளி பொருந்தியவராகவும் விளங்கினார்.'

2014 தேர்தலின்போது, நாட்டிலேயே மிகப்பெரிய சமூக ஊடக ஆபரேஷன் ஒன்றை குப்தா நடத்தினார். டெல்லியில் மட்டுமே அவருக்கு ஏறத்தாழ 200 பேர் கொண்ட குழு இருந்தது, சிலர் பணம் பெற்று பணிபுரிந்தனர், மற்ற தன்னார்வலர்களுக்கு பயணம், உணவு மற்றும் வாழ்வாதார செலவுகள் உள்ளிட்டவை பிஜேபியால் கவனித்துக்கொள்ளப்பட்டன. கோஸ்லா போன்ற சிலர் பணம் எதையும் பெற்றுக்கொள்ளவில்லை என்பதுடன் அவ்வப்போது வேலையில் இருந்து விடுப்புகள் மட்டுமே எடுத்துக்கொண்டனர். பணம் பெறும் தொழில்நுட்ப நிபுணர்கள் தினசரி வேலைநேரமான காலை 9 முதல் மாலை 5 மணி என்ற வழக்கமான வேலைநேரத்தில் அசோகா சாலைக்கு வந்து முழுநேரம் பணிபுரிந்தனர். தன்னார்வலர் குழுவை அதிகரிப்பதற்காக வீட்டுக்கு வீடு சென்றும் பிரச்சாரம் மேற்கொள்ளப்பட்டது, இதில் பிஜேபி சமூக ஊடகப் பணியாளர்கள் தாங்கள் சேகரித்து வைத்திருக்கும் தகவல்தொகுப்பை வைத்துக்கொண்டு குர்கிராமில் உள்ள ஒவ்வொரு கட்டிடத்திற்கும் சென்று டிஜிட்டல் பிரிவிற்கு ஆள்சேர்த்தனர். குஜராத்தில் அகமதாபாத் மற்றும் வடோதரா ஊர்களில் இந்த முறை பெரிய அளவுக்கு பின்பற்றப்பட்டு ஏறக்குறைய 2,000 பேர் சேர்க்கப்பட்டனர்.

இந்த தன்னார்வலர்களுக்கும் ஊழியர்களுக்கும் தொடர்ந்து தாக்கப்பட வேண்டிய மையநீரோட்ட பத்திரிக்கையாளர்களின் 'ஹிட் லிஸ்ட்' தரப்பட்டது. இதில் என்டிடிவி-யின் பர்க்கா தத் மற்றும் அச்சமயத்தில் சிஎன்என்-ஐபிஎன்-இல் பணிபுரிந்த ராஜ்தீப் சர்தேஸாய் ஆகியோரும் அடங்குவர். 'எங்காவது மோடி ஜி-யைப் பற்றி சாதகமற்ற குறிப்பு தோன்றினால்கூட குப்தாவின் டிஜிட்டல் டிராக்கிங் கருவிகள் அதைத் தேடிக் கண்டுபிடித்துவிடும் என்பதுடன் கழுதைப் புலிகளின் மந்தையைப் போன்ற ட்ரால்கள் களத்தில் இறக்கப்படும்.'

கொஞ்சமும் குறைவுபடாத கோஸ்லாவின் உற்சாகத்தினால் அவர் தன்னுடைய எல்லா வேலைகளையும், தன்னுடைய சமூக வாழ்க்கையைக்கூட விட்டுவிட்டு மிஷன் 274+ இல் கவனம் செலுத்தினார். 'தெரியுமா, நான் ஒரு வருட காலத்திற்கு டின்னருக்காக எங்கேயுமே சென்றதில்லை' என்றபடி சிரிக்கிறார். இரண்டு வருடங்களுக்கு முன்பு கோஸ்லா நிறுவிய அவருடைய கேபிஓ நிறுவனம் அமெரிக்காவில் அவருக்கு இருந்த தொடர்புகளின் காரணமாகவே உயிர்ப்புடன் இருந்தது. 'என்னுடைய கிளைண்ட்டுகளை சந்திக்கவும் அவர்களை மகிழ்ச்சியாக

வைத்திருப்பதை உறுதிப்படுத்தவும் நான் இரண்டு மாதங்களுக்கு ஒருமுறை அமெரிக்கா சென்றுவருவேன். மோடி பிரச்சாரத்திற்கான என்னுடைய உணர்வுப்பூர்வ பக்தியால் என்னுடைய தொழில் பெரிய அளவில் அடிவாங்கியது. நான் பயணம் செல்வதை நிறுத்தியதால் இரண்டு பெரிய ஒப்பந்தங்களை இழந்தேன். ஆனால் இது எல்லாம் என்னைக் கவலைப்படக்கூட செய்யாத அளவுக்கு நான் அந்த பிரச்சாரத்திலேயே முற்றிலுமாக கவர்ந்திழுக்கப்பட்டிருந்தேன்.'

விஷால் குப்தா மற்றும் நிதின் காஷ்யப் என்ற இரண்டு பிஜேபி உறுப்பினர்கள்தான் அவருடைய இரண்டு தொடர்பு மையங்கள், இருவருமே இன்னமும் குப்தாவுக்காக வேலை செய்கிறார்கள். அவர்கள் வாட்ஸ்அப்பை நிர்வகிக்கிறார்கள். கோஸ்லா போன்ற தன்னார்வலர்கள் எதை டிவீட் செய்யலாம் என்பதற்கான வாட்ஸ்அப் செய்திகளை அனுப்புவதோடு ஒவ்வொரு நாளுக்குமான டிரெண்டுகளை இலக்கு வைப்பார்கள். அது ஒரு முடிவேயில்லாத ஓட்டம். 'அவர்கள் சொல்பிறழாமல் செய்யாவிட்டால் குப்தா கோபப்படுவார்' என்கிறார் கோஸ்லா.

வாட்ஸ்அப் குழுக்கள் அனைத்திற்குமே என்டிஓசி ஒரே ஒரு விஷயத்தைத்தான் அறிவுறுத்தியிருக்கிறது - காந்திகளை ட்ரால் செய்து அவர்களை நக்கல் செய்ய வேண்டும். 'காந்தி குடும்பத்திற்கு எதிராக உருவாக்கப்பட்ட பிரச்சாரம் மற்றும் கார்ட்டூன்கள் அனைத்துமே என்டிஓசியில்தான் செய்யப்பட்டன. தன்னார்வலர்கள் அதை டிரெண்ட் ஆக்கி, சமூக ஊடகத்தில் வெள்ளமென பெருகச் செய்ய வேண்டுமென கேட்டுக்கொள்ளப்பட்டது. அய்யோ, ராபர்ட் வதேரா மற்றும் ராகுல் காந்தி பற்றிய ஜோக்குகள்கூட என்டிஓசியில்தான் உருவாக்கப்பட்டன, அவற்றை வெள்ளப்பெருக்கை உருவாக்க பயன்படுத்திக்கொள்ளுமாறு எங்களிடம் சொல்லப்பட்டது.' இதற்கும் மேலாக, கோஸ்லா போன்ற தன்னார்வலர்கள் சில வேட்பாளர்களின் தனிப்பட்ட பிரச்சாரங்களுக்கும் உதவ வேண்டியிருந்தது.

தலைமையகத்தில் ஏறக்குறைய ஐம்பது பேர் ஒரு மையப் பிரிவாக குப்தாவிடம் வேலை செய்யவும், அவருடைய அறிவுறுத்தல்களை பின்பற்றவும் வேண்டியிருந்தது. தினசரி செய்திகளைப் பெறும் கோஸ்லா போன்ற தன்னார்வலர்களை அவர்கள் நிர்வகித்தனர். இருபது அல்லது இருபத்தி ஒன்று வாட்ஸ்அப் குழுக்கள் இருந்தன, அவை மேற்கொண்டு தொழில்முறையாளர்கள் மற்றும் பெண்கள் குழுக்கள் என துணைப்பிரிவுகளாக பிரிக்கப்பட்டன. சில

பிரத்யேக நிகழ்வுகளில், குப்தா மொத்த குழுவுக்கும் சேர்த்து நேரடியாக அறிவுறுத்தல்களை அனுப்புவார். ‘குப்தாவிடம்தான் இறுதி அதிகாரம் இருந்தது. அவர் ஒருமுறை வாட்ஸ்அப் செய்தி அனுப்பிவிட்டார் என்றால் அது கேள்வியே இல்லாமல் பின்பற்றப்பட வேண்டும். அவர் தன்னுடைய அதிகாரத்தை மோடியிடம் இருந்தே பெற்றிருக்கிறார் என்பதால் அதுகுறித்து நீங்கள் கேள்வி எழுப்ப முடியாது.’

கோஸ்லாவும் அவருடைய குழுவும் ஸ்மிருதி இரானியால் இரக்கமின்றி நடத்தப்பட்டபோதுதான் முதல் அதிர்ச்சி ஏற்பட்டது. அவரும் அவருடைய சமூக ஊடகக் குழுவினரும் குருகிராமில் உள்ள ஒரு பூங்காவில் நிகழ்ச்சி ஒன்றிற்கு ஏற்பாடு செய்திருந்தனர். உரிய நேரத்தில் வந்துசேர்ந்த இரானி எதிர்பாராத விதமாக சிறிதளவே கூட்டம் கூடியிருந்தமைக்காக ஒரு பெரும் ஊடகக் கூட்டத்தின் முன்பாகவே அமைப்பாளர்களை கடுமையாக திட்டிவிட்டார். பின்னர் அங்கு கூடியிருந்த ஊடகத்தினரையும் அவர் தூற்ற ஆரம்பித்துவிட்டார். இதுகுறித்து கோஸ்லா கூறுகையில், ‘எனக்கு அது அதிர்ச்சியாக இருந்தது. அப்போது மழை பெய்து கொண்டிருந்ததால் கூட்டம் குறைவாகவே இருந்தது. ஆனால் அவரோ மிகுந்த மூர்க்கமடைந்ததுடன் ஊடகத்தினரை தாக்கிப் பேச ஆரம்பித்துவிட்டார். இந்தச் சிறிய கூட்டம் தனக்கு மிகப்பெரிய அவமானம் என்று எங்களிடம் சொன்னபடியே ஊடகத்தினர் அதைப் படம்பிடிக்க கூடாது என்றும் அவர்களிடம் கூறினார். பின்னாளில் பிஜேபி மிஷன் 272+ பிரச்சாரத்திற்காக அமேதியில் அவருடன் சேர்ந்து பணியாற்றுமாறு என்னைக் கேட்டுக் கொண்டார்கள். அதை மறுத்துவிட்ட நான் அதற்கு பதிலாக கிரோன் கெர்ருடன் சேர்ந்து அவருக்காக சண்டிகரில் பிரச்சாரம் மேற்கொண்டேன்.’

கோஸ்லா அப்போதும்கூட திரு. மோடி வாக்குறுதி அளித்திருந்த முன்னேற்ற மாதிரி குறித்த உற்சாகத்தால்தான் பீடிக்கப்பட்டிருந்தார், இத்தகைய சிறிய தடங்கல்கள் அவரை அத்தகைய மாயையில் இருந்து விடுவிக்க காரணமாகவில்லை. ‘இந்தியாவை மாற்றுவோம் - ஊழல் ஆட்சியை தூக்கியெறிந்துவிட்டு இந்துக்களுக்கு உரிய மரியாதையை கொடுப்போம்’ என்ற பிரச்சாரத்தில்தான் இன்னமும் பங்காற்றிக் கொண்டிருக்கிறோம் என்று நம்பும் அளவுக்கு அவர் லட்சியவாதியாக இருந்திருக்கிறார்.

திரு. மோடி தேர்தலில் வென்றார், வெற்றியை உறுதிசெய்த சமூக ஊடகப் பிரிவானது அதைத் தொடர்ந்து ஒரு போர் மனநிலையில்

செயல்படத் தொடங்கியது. இந்த வெற்றிக்குப் பின்னர் இந்தப் பிரிவு, 'அப்போது நிறைய நிதிபெறத் தொடங்கியதால் உண்மையில் பெரிதானது. தினமும் புதிய எதிரிகள் கண்டுபிடிக்கப்பட்டு இலக்கு வைத்து தாக்கப்பட்டார்கள். உத்திரப்பிரதேச தேர்தல் வரவிருந்த நேரத்தில் (2017 ஆரம்பத்தில்) பிஜேபியின் சமூக ஊடகப் பிரிவு இன்னும் விரிவடைந்தது' என்கிறார் கோஸ்லா.

கோஸ்லாவிடம் ஏற்பட்டிருக்கக் கூடிய கசப்புணர்சி மெதுவாக அவரை ஆட்கொள்ளத் தொடங்கியது. 'அது சிறுபான்மையினர், காந்தி குடும்பத்தினர், ஹிட் லிஸ்ட்டில் இருந்த பத்திரிக்கையாளர்கள், லிபரல்கள்... மோடிக்கு எதிரானவர்கள் என்று கருதப்பட்டவர்கள் என அனைவருக்கும் எதிரான வெறுப்பு மற்றும் சகிப்பின்மையின் முடிவே இல்லாத துளித்துளியாக உள்ளேற்றும் விஷயமாகிப்போனது.' மாதங்கள் கடந்து கொண்டிருக்கையில், அவர் ஓட்டுப்போட்ட முன்னேற்றப்பாதை எனும் நிகழ்ச்சிநிரல் பின்னுக்குத் தள்ளப்பட்டது, அதேநேரத்தில் வெறுப்புக் கலாச்சாரம் பெரிதாக வளர்வதைக் காணமுடிந்தது. அவர் இணைந்தது இதற்காக அல்ல.

கோஸ்லா 2014 மற்றும் 2016-ஆம் ஆண்டுகளில் பஞ்சாபில் பரவிவரும் போதைமருந்து குறித்து 5,000 முறைகளுக்கும் மேலாக டிவீட் செய்ததுடன் பிரதமர் மோடியையும் அதில் இணைத்திருக்கிறார். முன்னதாக அந்த போதை அடிமைத்தனத்திற்கு அவர் தன்னுடைய நெருங்கிய நண்பரை இழந்திருந்தார், அதனாலேயே மாநிலத்தின் போதைமருந்து ஆபத்துக்கு எதிராக மிகவும் பரபரப்பாக செயல்பட்டார். திரு மோடி இதற்கு பதில் சொல்ல மறுத்துவிட்டார்.

'இந்த இடத்தில்தான், ஊழலை அடியோடு ஒழிப்பார் என்று நான் நினைத்திருந்த பிரதமர் பஞ்சாபை பற்றி ஒரு வார்த்தையும் குறிப்பிடவில்லை. ஏனென்றால் அப்போது பஞ்சாபில் ஆளும் கட்சியாக இருந்த அகாலி தளத்துடன் பிஜேபி கூட்டணி வைத்திருந்தது. நான் மிகவும் புண்பட்டுப் போனேன். இதே மோடிதான் தான் பின்தொடர்கின்ற தூற்றல் ட்ரால்களுக்கு பதில் சொல்வதுடன் அவர்களுக்கு பிறந்தநாள் வாழ்த்துகளையும் அனுப்புகிறார். நான் அவரை நேர்மையாக நம்பினேன், அவரை அதிகாரத்திற்கு கொண்டுவரத்தான் 24*7 வேலைபார்த்தேன், ஆனாலும் என்னுடைய நேர்மையான கவலையை அவர் கண்டுகொள்ளக்கூட இல்லை. அது மிகுந்த வலிதரக்கூடியது.'

கோஸ்லா தன்னுடைய வீட்டில் அவரே கூட்டிய சாய் பே சார்ச்சா சந்திப்பின்போது பிஜேபி சமூக ஊடக பெண்கள் குழுவினருடன் (மேலே) கிரோன் கெர்ருடன் (கீழே)

அப்போது தொடங்கிய தூற்றல் மற்றும் ட்ரால் செய்தல் அவரை அச்சுறுத்தி விரக்தியடையச் செய்தது. 'நான் சிறுமியாக இருந்தபோது என்னுடைய போற்றுதலுக்குரிய ஒருவராக இருந்த பர்க்கா தத் போன்ற பெண் பத்திரிக்கையாளர்களுக்கு எதிராக பலாத்கார மிரட்டல்கள் விடுக்கப்படுவதை நான் பார்த்தபோது அதற்குமேலும் குப்தாவின் அறிவுறுத்தல்களை என்னால் பின்பற்ற முடியவில்லை. நான் பள்ளிக்கூடத்தில் பர்க்கா தத்தின் சிகையலங்காரத்தைக்கூட காப்பியடித்திருக்கிறேன். இங்கேயோ நாங்கள் அவரை அசிங்கமான முறைகளில் தாக்க வேண்டியவர்கள் ஆகியிருக்கிறோம். ஒவ்வொரு நாளும் ஒரு புதியவர் தாக்குதலுக்கு இலக்கானார். அவரை விஷமத்தனமான பாலியல் குறியீட்டுடன், அவதூறான வகையில், பலாத்காரம் மற்றும் கொலை மிரட்டல்கள் ஆகியவற்றைக் கொண்டு தேனீக்கள் கூட்டத்தைப் போல் தாக்குவார்கள். இது என்னை ரொம்பவே சோர்வுற வைத்தது. ஒரு பெண்ணாக நான் மூச்சுத்திணறினேன். நான் இதற்காக இங்கே வரவில்லை.'

பர்க்கா குறித்த தூற்றலை கோஸ்லா டிவீட் செய்ய மறுத்திருக்கலாம், ஆனால் அவருக்கு எப்போதுமே வாய்ப்புகள் என்பவை கிடையாது. குப்தாவின் அறிவுறுத்தல்கள்படி, ராஜ்தீப் சர்தேசாயை அவருடைய '50 கோடி ரூபாய் பங்களா' குறித்து கோஸ்லா ட்ரால் செய்ய, ராஜ்தீப் அவரை தடைசெய்துவிட்டார். அவர் ராபர்ட் வதேராவை அவருடைய டிஎல்எஃப் பேரங்களுக்காகவும், ராகுல் காந்தியை அவருடைய ஓய்வு தினங்களுக்காகவும் ட்ரால் செய்திருக்கிறார். 'குப்தாவிடம் இருந்து அறிவுறுத்தல்கள் வந்திருக்கின்றன என்றால் நீங்கள் அதை செய்துதான் ஆகவேண்டும். சமூக ஊடகப் பிரிவில் உள்ள பெரும்பாலான தன்னார்வலர்கள் ஒரே மாதிரியாகவே டிவீட் செய்தனர். நான் யாருக்கும் தூற்றலான அல்லது பலாத்காரம் மற்றும் கொலை மிரட்டல்கள் உடன் டிவீட் செய்ததில்லை' எனும் கோஸ்லாவின் முகத்தில் குற்றவுணர்ச்சி மற்றும் வருத்தத்தின் உணர்ச்சிகள் வெளிப்படுகின்றன. 'என்னுடைய வருத்தங்கள் எல்லாம், அவர்களுடைய பொய்களை நான் நம்பியதுதான், இதற்குத்தான் நான் பிராயச்சித்தம் செய்ய விரும்புகிறேன். நான் சர்தேசாய்க்கு அவர் தன்னுடைய டிவிட்டர் கணக்கைவிட்டு வெளியேறியபோது செய்தியனுப்பி திரும்பி வருமாறும், அவர் மிகவும் இனிமையானவர் என்றும், என்னை தடைநீக்கம் செய்யுமாறும் கேட்டுக்கொண்டேன்.'

ஆர்எஸ்எஸ் மற்றும் பிஜேபியில் சமூக ஊடகத்தின் முன்னோடிகளுள் ஒருவரான ராம் மஹாதேவ் (பார்க்க அத்தியாயம் 5) பற்றிய அக்கறைகளையும் கோஸ்லா குறிப்பிடுகிறார். அவரைப் பற்றி குறிப்பிடும்போது, 'குப்தாவைவிட குறைவாக பயமுறுத்துகிறவர்' என்று அவர் சமூக ஊடகப் பிரிவால் பங்கேற்பதற்கு தேர்வு செய்யப்பட்டிருந்த 2014-ஆம் ஆண்டு ஆரம்பத்தில் நடந்த கூகுள் ஹேங்அவுட் நிகழ்வில் கூறியிருக்கிறார். 'பெண்களிடத்தில் ஆர்எஸ்எஸ் கொண்டிருக்கும் பெரும் அளவுக்கான மரியாதையின்மை பற்றி அவரிடம் நான் நேரடியாகவே கேட்டேன், அதை அவர் மறுத்தார். நான் சொல்வதை மிகுந்த பொறுமையுடன் கேட்ட பின்பு ராம் மாதவ் ஜி கூறினார், "உனக்கு எங்களுடைய கட்சிக்கு ஏற்ற சாதவி என்ற பெயர் அமைந்திருக்கிறது, இது பிஜேபிக்கு மிகப்பொருத்தமாக இருக்கும். நேர்மறையான விஷயங்களில் மட்டும் கவனம் செலுத்து. இதையெல்லாம் அப்படியே விட்டுவிட வேண்டும்" என்றார்.

அதேநேரம், அவருடைய வேலை அவருடைய குடும்ப வாழ்க்கையையும் பாதிக்கத் தொடங்கியிருந்தது. பஞ்சாப் அரசாங்கத்தில் முதல்நிலை அதிகாரியாக இருந்து ஓய்வுபெற்றவரும், ஒரு உறுதியான காங்கிரஸ் ஆதரவாளருமான அவருடைய அப்பா தன் மகள் ஏதோ தவறு செய்துகொண்டிருக்கிறாள் என்பதை உணர்ந்ததால் அவருடன் பேசுவதையே நிறுத்திவிட்டார். 'நான் பிஜேபியில் இருந்த இரண்டு வருடங்களுக்கும் அவர் என்னுடன் ஒரு வார்த்தைகூட பேச மறுத்துவிட்டார். அது ரொம்பவே வலித்தது. என்னுடைய அம்மாகூட என்னை கிண்டல் செய்தார், அவர், "உன்னுடைய 'ஆச்சே தின்' எங்கே போனது மகளே? அவர்கள் உன்னை முட்டாளாக்கிவிட்டார்களா" என்பார்.

உணவு மேசையில், தான் தொடர்ந்து முஸ்லீம்களுக்கு எதிராக ஏதாவது பேசுவதை கோஸ்லாவே கண்டுகொண்டார், நாள் முழுவதும் அவரைச் சூழ்ந்திருக்கும் குரல்களின் நிறத்துடன்தான் அவை இருந்திருக்கின்றன. கோஸ்லாவின் கணவர் அவருக்கு ஒருமுறை நினைவூட்டினார், 'அமெரிக்காவில் நம்முடைய மகனுக்கு கிடைத்த முதல் ஆயாம்மாள் பாகிஸ்தானி என்பது உனக்கு நினைவிருக்கிறதா? அவனை அவர் எவ்வளவு அன்புடன் பார்த்துக்கொண்டார். நீ இப்போது மிகுந்த சகிப்புத்தன்மையற்றவள் ஆகிவிட்டதுபோல்

தோன்றும் நிலையில் உன்னால் அவரை இப்போது வேலைக்கு அமர்த்திக்கொள்ள முடியுமா?' என்றிருக்கிறார். அவருடைய கணவரின் மென்மையான விசாரணை 'என்னுள் இருந்த மூளைச்சலவை செய்யப்பட்ட குமிழை துளைத்துவிட்டது.' தேம்பியபடியே அவர் கூறினார், 'என் மகன் என் வாழ்க்கையைக் காட்டிலும் முக்கியமானவன், அவனுடைய முதல் ஆயாம்மாள் ஒரு பாகிஸ்தானி, இங்கே நான் ஒரு சகிப்பற்றவளாக மாறியிருக்கிறேன்.' அந்த நிகழ்ச்சிதான் அவருக்குத் திருப்புமுனையாக அமைந்தது.

அவர் சேர்ந்து இரண்டு வருடங்களுக்குப் பின்னர், 2015 இறுதியில் கோஸ்லாவின் மயக்கத் தெளிவு நிறைவடைந்தது.

பாலிவுட்டை ஆட்சிசெய்யும் இரண்டு கான்களுக்கு எதிரான தாக்குதல்கள்தான் திருப்புமுனையாக அமைந்தது - ஆமிர் மற்றும் ஷாரூக். 2015 நவம்பர் மாதம் என்டிடீவிக்கு அளித்த பேட்டியில் இந்தியாவில் அதிகரித்துவரும் சகிப்பின்மை குறித்த தன்னுடைய பயங்கள் பற்றி ஷாரூக் கான் பேசினார். அவருடைய கருத்துகள் சச்சரவை ஏற்படுத்தியதோடு, 2015 டிசம்பரில் வெளிவரவிருந்த அவருடைய தில்வாலே படத்தை புறக்கணிப்பதற்காக ஒரு ஆன்லைன் பிரச்சாரம் தொடங்கப்பட்டது. அந்த திரைநட்சத்திரம் தன்னுடைய கருத்துகளுக்காக மன்னிப்பு கேட்கும்படி நிர்பந்திக்கப்பட்டார்.

மூன்று வாரங்களுக்குப் பின்னர், இந்தியன் எக்ஸ்பிரஸ் ஏற்பாடு செய்திருந்த ஒரு நிகழ்வில் பேசிய ஆமிர் கான் தன்னுடைய 'பாதுகாப்பற்ற உணர்வு' பற்றி பேசினார், அதற்கு அதிகரித்துவரும் சகிப்பின்மையும், தன்னுடைய மனைவி கிரண் ராவ் தங்களுடைய குழந்தைகளை இந்தியாவில் வளர்ப்பது குறித்து அச்சப்படுவதும்தான் காரணம் என்று குறிப்பிட்டார்.

கான் எவ்வளவு முடியுமோ அவ்வளவு மோசமான முறையில் தூற்றப்பட்டார். அவர் பாதுகாப்பாக உணர்ந்தால் இஸ்லாமிய தேச தீவிரவாத குழுவில் சேர்ந்துகொள்ளலாமே என்று கேட்கும் ட்ரால்கள் அவரையும் அவருடைய மனைவியையும் நோக்கிப் பாய்ந்தன. சுற்றுலாத்துறை அமைச்சகம் தங்களுடைய இன்கிரடபிள் இந்தியா பிரச்சாரத்தின் தூதுவர் நிலையில் இருந்து அவரை உடனடியாக நீக்கியது. ஸ்நாப்டீல் நிறுவனத்திடம் கானை அவர்களுடைய விளம்பரங்களில் இருந்து நீக்கும்படி கேட்கும் மனுவை

இணைத்து அனுப்பும்படி கட்சியின் சமூக ஊடக தன்னார்வலர்கள் அனைவருக்கும் அர்விந்த் குப்தா செய்தி அனுப்பினார். அர்விந்த் குப்தாவின் உத்தரவுகளின்படி கூகுள் பிளேயில் ஸ்நாப்டீல் ஆப் மற்றும் ஐஓஎஸ் ஆப் ஸ்டோரை தரமிறக்கிய பிஜேபி ஆதரவாளர்களின் சீற்றத்தை எதிர்கொண்ட ஸ்நாப்டீல் நிறுவனம் கானுடனான தங்களுடைய ஒப்பந்தத்தை முறித்துக்கொண்டு பின்வரும் அறிக்கையை வெளியிட்டது:

> ஆமிர் கான் தனிப்பட்ட முறையில் தெரிவித்த கருத்துகளோடு ஸ்நாப்டீல் எந்தவிதத்திலும் சம்பந்தப்படவோ அல்லது எந்தவிதத்திலும் பங்காற்றவோ இல்லை. ஒரு பரந்துபட்ட இந்தியாவை உருவாக்கும் நோக்கம்கொண்ட உணர்வுபூர்வமான மற்றும் இளம் இந்தியர்களால் உருவாக்கப்பட்ட ஒரு பெருமைமிக்க இந்திய நிறுவனம்தான் ஸ்நாப்டீல். ஒவ்வொரு நாளும் நாங்கள் ஆயிரக்கணக்கான சிறு தொழில்கள் மீதும், இந்தியாவில் உள்ள லட்சக்கணக்கான நுகர்வோர்கள் மீதும் நேர்மறையான முறையில்தான் தாக்கமேற்படுத்துகிறோம். இந்தியாவில் வெற்றிகரமான ஒரு மில்லியன் ஆன்லைன் தொழில்முனைவோர்களை உருவாக்கும் எங்கள் செயல்திட்டத்தை நாங்கள் தொடர்ந்து மேற்கொள்வோம்.

‘ஆமிருக்கு எதிரான பிரச்சாரம்தான் பிஜேபியுடன் நான் கொண்டிருந்த உறவுக்கான சவப்பெட்டியில் இருந்த கடைசி ஆணி என்பதுடன் அது என்னை கட்சியில் இருந்தும், நான் உணர்வுப்பூர்வமாக ஆதரவளித்த பிரதமரிடம் இருந்தும் என்னை பிரிந்துசெல்ல வைத்தது. பிஜேபியின் சமூக ஊடகக் குழுவால் தொடங்கப்பட்ட விஷமத்தனமான பிரச்சாரம் ஆமிர் குறிப்பிட்ட சகிப்பின்மையை நிரூபிக்கக் கூடியதாகவே இருந்தது.’

கானை பின்பற்றுவது என்ற முடிவுக்கு பிரதமர் மோடி மற்றும் பிஜேபி தலைவர் அமித் ஷாவின் ஆசீர்வாதங்கள்தான் காரணம் என கோஸ்லா கருதுகிறார். ‘பிஜேபியிலோ அல்லது அரசாங்கத்திலோ அவர்களுடைய அனுமதி இல்லாமல் எதுவும் நகராது எனும்போது, அவர்கள் இருவருடைய அனுமதி இல்லாமலேயே கட்சியின் மொத்த சமூக ஊடகக் குழுவையும் பயன்படுத்தி அர்விந்த் குப்தா

ஒரு நடிகரை தேடிச்சென்றிருக்க வாய்ப்பே இல்லை' என்கிறார் அவர்.

தன்னுடைய திட்டமிட்ட தாக்குதல் குறித்து குப்தா வாய்திறக்காமல்தான் இருந்தார். ஆனால், பாதுகாப்புத்துறை அமைச்சர் மனோகர் பாரிக்கர் 2016 ஜூலை மாதம் ஒரு பேச்சின்போது இதில் பிஜேபியின் சமூக ஊடகப் பிரிவிற்கு உள்ள பங்கு பற்றி குறிப்பிடவும், முன்பின் யோசிக்காமல் குறிப்பிட்டு காட்டவும் செய்துவிட்டார். ஒரு புத்தக வெளியீட்டு விழாவில் பேசும்போது அவர் இவ்வாறு கூறினார்: 'மக்கள் தங்கள் சக்தியை காட்டிவிட்டார்கள்; ஒரு நடிகர் இந்த தவறை செய்திருக்கிறார், அவர் தன்னுடைய மனைவி வேறு ஒரு நாட்டிற்கு சென்றுவிட விரும்புவதாக கூறியிருக்கிறார். அது ஒரு திமிர்த்தனமான கருத்து. நம்முடைய மக்களில் சிலர் சாமர்த்தியசாலிகள் என்பது எனக்குத் தெரியும். ஒரு குழுவே இதற்காக வேலை செய்திருக்கிறது. அவர்கள்தான் உங்களை திரும்பிப் போகுமாறு சொன்னவர்கள். அந்த நிறுவனம் பாடம் கற்றிருக்கும்; அவர்கள் அவருடைய விளம்பரத்தை திரும்பப் பெறத்தான் வேண்டும்.'

இந்தக் கருத்து ஆமிர் கானை குறித்ததுதான் என்பது தெளிவாகத் தெரிந்தாலும் பாரிக்கர் அந்த நடிகரின் பெயரையோ அல்லது ஸ்நாப்டீலையோ குறிப்பிடவில்லை. இதற்கு பதிலடியாக கோஸ்லா பின்வருமாறு டிவீட் செய்தார்:

> நான் இதை பிஜேபி சமூக ஊடகத் தலைவரிடம் இருந்து வாட்ஸ்அப்பில் பெறும்போது @aamir_khan பாடம் கற்றுக்கொண்டிருக்கிறார் என்று பாரிக்கர் சரியாகத்தான் சொல்லியிருக்கிறார்.

பிறகு அவர் என் கைகளைப் பிடித்துக்கொண்டார். 'நான் எப்போதுமே ஷாரூக்கை "ராஜ்" என்றும் "ராகுல்" என்றும், சல்மானை "பிரேம்" என்றும், ஆமிரை அவருடைய நடிப்பிற்காகவும்தான் பார்த்து வந்திருக்கிறேன். ஆனால், திடீரென்று இருபத்தைந்து வருடங்களில் முதல்முறையாக அவர்கள் வெறும் முஸ்லீம்களாக்கப்பட்டு குறிவைத்து ட்ரால் செய்யப்பட்டார்கள்' என்றார் அவர்.

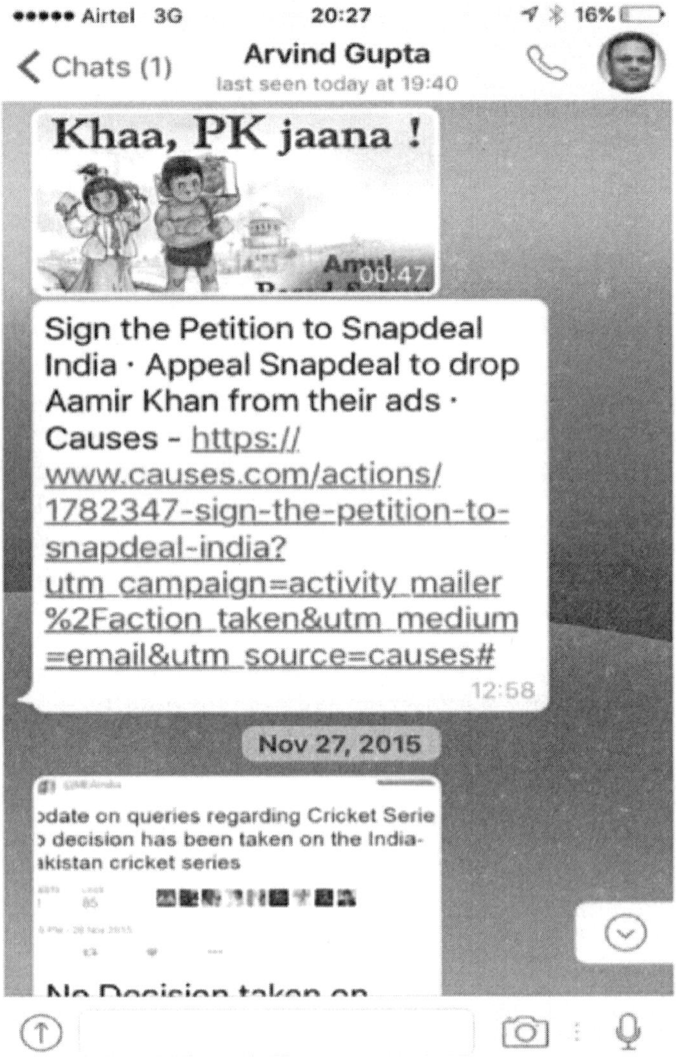

ஸ்நாப்டீல் பெட்டிஷன் குறித்து வாட்ஸ்அப்பில் அர்விந்த் குப்தாவிடம் இருந்து கோஸ்லாவுக்கு வந்த அறிவுறுத்தல்

'ஷாரூக் மற்றும் ஆமிரை தாக்குவதற்கான குப்தாவின் முடிவுகளும், வாட்ஸ்அப் செய்திகளும் என்னை உண்மையிலேயே கவலைப்பட வைத்தன. என்னால் அவற்றை பின்பற்ற முடியவில்லை. ஆமிர் குறித்த ஒரு விஷயம் வெளிவந்துவிட்டது, ஏனென்றால் மனோகர் பாரிக்கர் அதனை "நம்முடைய" சாமர்த்திய குழு என்று குறிப்பிட்டு உறுதிப்படுத்தினார். ஆனால் அது ஷாரூக்கில் ஆரம்பித்து, இப்போது ஆமிர் கானின் டங்கல் திரைப்படம் வரை தொடர்ந்தது.'

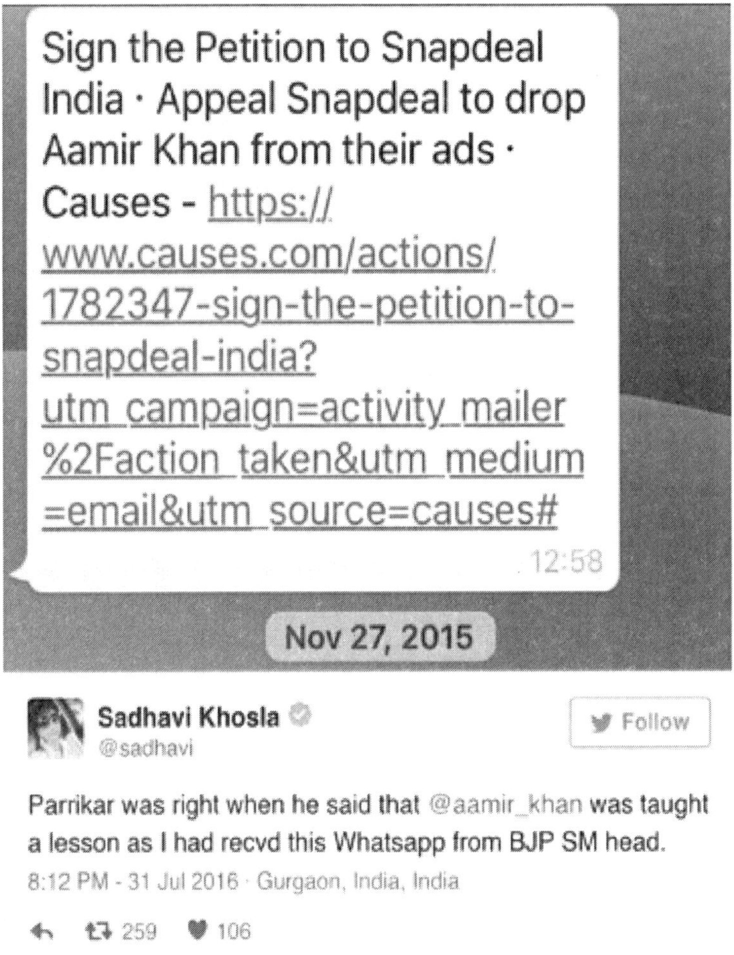

Sign the Petition to Snapdeal India · Appeal Snapdeal to drop Aamir Khan from their ads · Causes - https://www.causes.com/actions/1782347-sign-the-petition-to-snapdeal-india?utm_campaign=activity_mailer%2Faction_taken&utm_medium=email&utm_source=causes#

12:58

Nov 27, 2015

Sadhavi Khosla
@sadhavi

Parrikar was right when he said that @aamir_khan was taught a lesson as I had recvd this Whatsapp from BJP SM head.
8:12 PM - 31 Jul 2016 · Gurgaon, India, India

259 106

ஆமிர் கானின் கருத்துகளை அடுத்து வந்த ஸ்நாப்டீல் பெட்டிஷன்

நான் ஒரு ட்ரால் | 67

பாரிக்கரின் கருத்துகளை அடுத்து வெளிவந்த கோஸ்லாவின் சொந்த டிவீட்:

> நான் ஒரு மதநம்பிக்கையாளர் என்பதுடன் என்னுடைய இந்து மதத்தில் இத்தகைய வெறுப்பிற்கு இடமேயில்லை. இவர்கள் இப்படியே போய்க் கொண்டிருந்தால் இந்து மத்தையே அழித்துவிடுவார்கள். அவர்கள் வெற்றிபெற்ற பின்னரும்கூட இருதுருவமாக்குதல் மற்றும் வெறுப்பில் மட்டுமே கவனம் செலுத்துகிறார்கள். நாம் ஏன் முஸ்லீம்களை கெட்டவர்களாக காட்டிக்கொண்டும், போட்டோஷாப்பில் ஆபாசப் படங்களை உருவாக்கிக்கொண்டும் இருக்கிறோம் என்பதை என்னால் புரிந்துகொள்ள முடியவில்லை. எனக்கு ஒரு இளம் மகன் இருக்கிறான். பாகிஸ்தானின் பிம்பமாக இருக்கும் ஒரு இந்தியாவில் நான் அவனை வளர்க்க விரும்பவில்லை. எனக்கு அவனைப் பற்றிய கனவு இருக்கிறது, அவன் நல்ல மனிதனாக இருக்க வேண்டுமே தவிர சகிப்பின்மையின் வைரஸால் பாதிக்கப்பட்டிருக்க கூடாது. என்னுடைய மகன் ஒரு அமெரிக்க குடிமகன். நான் அமெரிக்காவிற்கு சென்ற பின்னரும் நாங்கள் ஒருவருக்கொருவர் எப்படி எதிரெதிரானவர்களாக திரும்பினோம் என்பதை நினைத்து நான் முதல்முறையாக பேரச்சம் கொண்டுள்ளேன்.

அவர் வெளியேறுவதென்று முடிவு செய்துவிட்டார். அவருடைய கணவர் எப்போதுமே அரசியலில் இருந்து தள்ளியிருப்பவர். ஆனால் கோஸ்லாவின் முடிவால் அவர் பெரும் நிம்மதியடைந்துள்ளார். கோஸ்லா இறுதியாக 2015 முடிவில் பிஜேபி சமூக ஊடகப் பிரிவில் இருந்து விலகினார். அவர் தன்னுடைய முகத்தை சுளித்துக்கொண்டே சொல்கிறார், 'அழித்துவிட்ட பின்னரும் சுத்தப்படுத்த வேண்டும் என உணரும் அளவுக்கு பிஜேபி சமூக ஊடகத்தில் இருந்து என்னுடைய போனிற்கு வந்துள்ள அவ்வளவு விஷமத்தனமான வெறுப்புச் செய்திகள் என்னிடமிருந்தன.'

கோஸ்லாவின் வாட்ஸ்அப் செய்திகளுள் சில

சமூக ஊடகப் பிரிவில் இருந்து கோஸ்லாவுக்கு வந்த சில வாட்ஸ்அப் செய்திகள் இங்கே தரப்பட்டுள்ளன. இவற்றில் மூன்றுவிதமான செய்திகள் இருக்கின்றன - அவருடைய இரண்டு

தொடர்பு மையங்களில் இருந்து வந்தவை; சமூக ஊடகப் பிரிவுடன் இணைந்துள்ள குழுக்களிடம் இருந்து, அதாவது பிரதமர் மோடியால் பின்தொடரப்படுகின்ற ஹிந்து டிபென்ஸ் லீக் (ஹெச்டிஎல்) போன்றவற்றிடம் இருந்து வந்தவை; மற்றும் அர்விந்த் குப்தாவிடமிருந்தே நேரடியாக வந்தவை.

#SansadChalneDo [நாடாளுமன்றத்தை இயங்கவிடு] என்பதைப் பயன்படுத்தி டிவீட் செய்ய சமூக ஊடகப் பிரிவிற்கு அறிவுறுத்தும் அர்விந்த் குப்தா மற்றும் (கீழே) காந்திக்கு எதிரான பிரச்சாரத்திற்கு பயன்படுத்த சுற்றிவரும் படம்

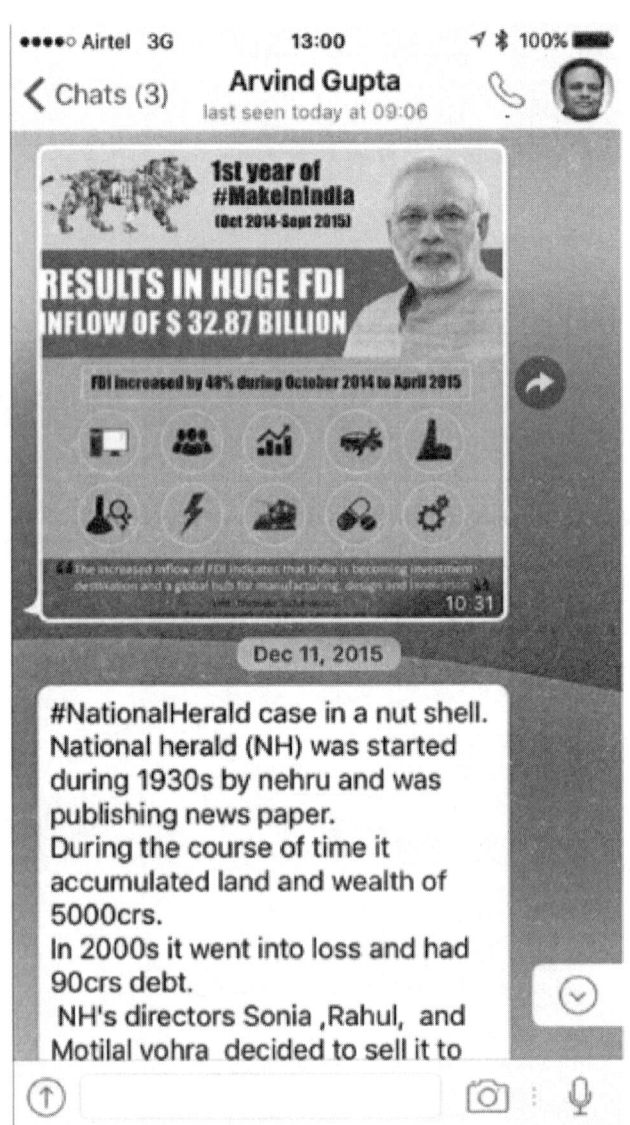

மேக் இன் இந்தியா பிரச்சாரம் குறித்தும், காந்திகள் சம்பந்தப்பட்ட நேஷனல் ஹெரால்ட் வழக்கு குறித்தும் அர்விந்த் குப்தாவின் செய்திகள்

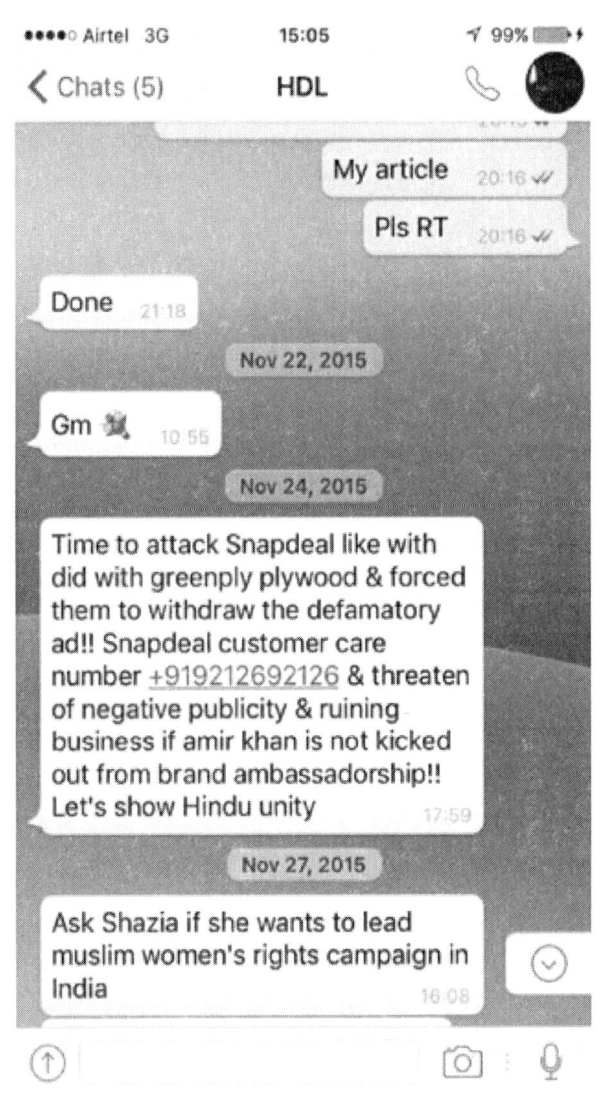

ஆமிரை பிராண்ட் தூதுவர் நிலையில் இருந்து கீழிறக்குவதற்கு ஸ்நாப்டீல் மீதான தாக்குதல் – ஹிந்து டிபென்ஸ் லீகிடமிருந்து வந்த அறிவுறுத்தல்

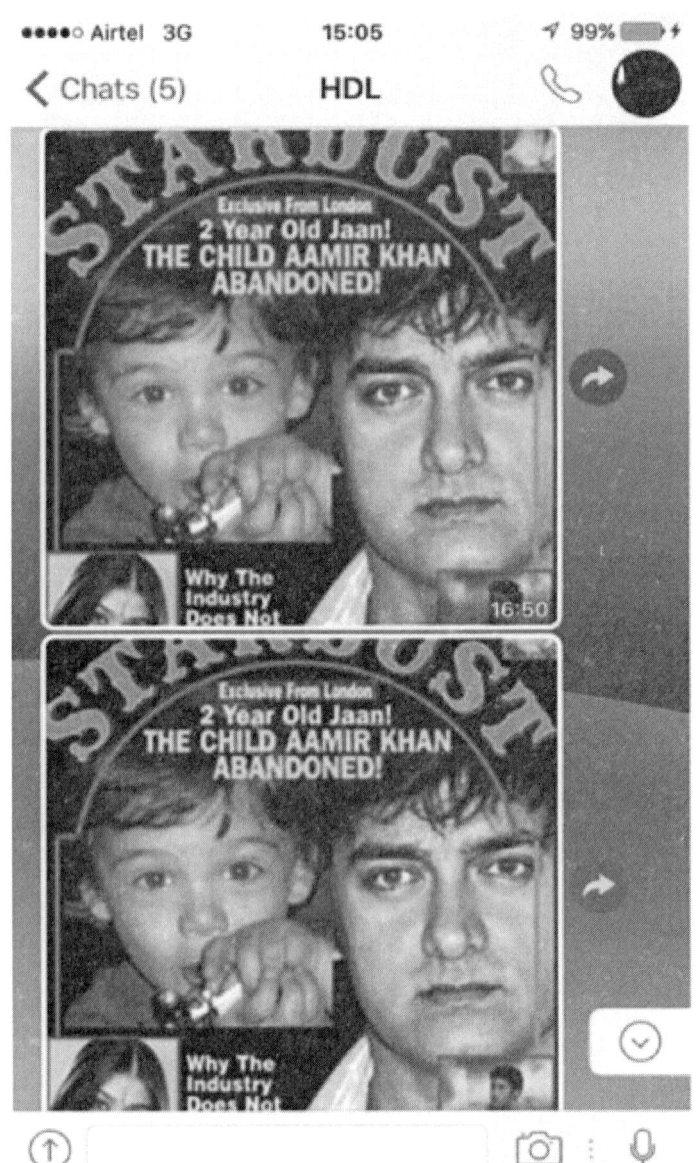

ஹெச்டிஎல் அனுப்பிய ஆமிருக்கு எதிரான பதிவுகள்

3
நான் ஒரு ட்ரால்

கோஸ்லா கட்சிக்காக பணம் பெற்றுக்கொள்ளாமல் வேலைசெய்த உணர்வுப்பூர்வமான தன்னார்வலர். ஆனால், அசோகா சாலையில் இருந்த மத்திய பிஜேபி ஐடி பிரிவோ வழக்கமாக அலுவலகம் சென்றுவரும் 'டெக்கிகளின்' கூட்டம் என்பது போல் உணர வைத்தது. பெரும்பாலும் சிறிய என்ஜினியரிங் கல்லூரிகளைச் சேர்ந்த இளைஞர்களைக் கொண்டு அது நாளின் 9-5 என்ற வழக்கமான வேலை நேரத்தில் செயல்பட்டது. ஆம் ஆத்மி கட்சி மற்றும் பிஜேபி சமூக ஊடகப் பணியாளர்களிடையே உள்ள முக்கியமான வித்தியாசத்தை அங்கித் லால் குறிப்பிட்டுக் காட்டுகிறார். ஆம் ஆத்மி கட்சியினுடையது தன்னார்வலர்கள் குழு என்பதுடன் அவர்கள் இரவு பகலாக வேலை செய்தனர். பிஜேபியின் சமூக ஊடகக் குழுவோ வழக்கமாக வேலை செய்யும் தொழில்முறையாளர்கள். அவர்கள் இரவு 9 மணிக்குப் பின்னர் அமைதியாகிவிடுவார்கள், அதன்பிறகு சமூக ஊடகமானது பெருமளவு ஏஏபி பிரதேசமாகிவிடும். கோஸ்லா பற்றிய விவரங்களே அவர்கள் எப்படி வேலை செய்கின்றனர் என்பதை தெளிவாக சுட்டிக்காட்டுகிறது. ஆனால் அவர்கள் எல்லாம் யார், எப்படி இருப்பார்கள்?

பிஜேபியின் சமூக ஊடகப் பிரிவில் வேலை செய்யும் முப்பதுக்கும் மேற்பட்ட இளம் ஆண்கள் மற்றும் பெண்களை சந்தித்தேன், அவர்கள் பெயர் குறிப்பிட விரும்பாத நிபந்தனையுடன் என்னிடம் பேச சம்மதித்தனர். ஆரம்பத்தில் அவர்கள் பிஜேபி கட்சி உறுப்பினர்கள் வழியாகத்தான் எனக்கு அறிமுகமானார்கள். பெரும்பாலும் ஆண்களாகத் தெரிந்த (சிலர் பெண்கள்) அவர்கள் உறுதியான ஹிந்துத்துவா பக்கச்சார்பு உள்ளவர்களாக காணப்பட்டனர். அவர்கள் இருபதுகளின் ஆரம்பத்தில் இருந்து முப்பதுகளின் பிற்பகுதி வரையிலான வயது கொண்டவர்கள். மோடி ஒருகாலத்தில் 'நவ-மத்தியதர வர்க்கம்' என்று அழைத்த வாக்காளர் பிரிவுக்குள் வரக்கூடியவர்கள். அதாவது, இந்தப் பிரிவினர் திறந்தநிலை இந்தியப் பொருளாதாரத்திற்குப் பின் பிறந்த, வறுமைக்கோட்டுக்கு மேலே உள்ள, ஆனால் மத்தியதரவர்க்கம் ஆகாதவர்கள்.

எழுத்தாளர் சேத்தன் பகத் 2015 ஜூலை 11 அன்றைய டைம்ஸ் ஆஃப் இந்தியா பத்திரிக்கையின் பத்தி எழுத்தில் இந்த ட்ரால் குறித்த விவரத்தை பதிவு செய்திருக்கிறார். அதில் இந்த மோடி பக்தர்களை 'பலவீனமான தகவல் தொடர்பு அறிவுகொண்ட, குறிப்பாக ஆங்கிலத்தில் பலவீனமான ஆண்கள் மட்டுமேயான அவர்கள் அதனாலேயே 'தாழ்வு மனப்பான்மைக்கும்' ஆளானவர்கள்,' என்கிறார். மேலும், 'பொதுவாகவே அவர்கள் பெண்களிடம் பேசுவதில் சிறந்தவர்கள் அல்ல.' அவர்களுக்கு பெண்கள் மீது ஆசை உண்டு, ஆனால் அவர்களை அடைய முடியாது என்பதுடன் அதனாலேயே 'பாலியல் விரக்தி' அடைந்தவர்கள். முற்றிலும் இந்து ஆதரவாளர்களாக இருந்தபோதிலும் இந்துவாக இருப்பது மற்றும் இந்தி பேசுவதற்காக அதையும் மீறிய வெட்க உணர்வு கொண்டவர்கள்.

பகத்தின் அடையாளக் குறிப்புகள் யாவும் உண்மையில் நான் சந்தித்த பிஜேபி சமூக ஊடக ட்ரால்களுக்கு பொருந்திப்போயின. அவர் குறிப்பிடாத ஒரு விஷயம் என்னவென்றால் முஸ்லீம்களிடத்தில் அவர்களுக்கிருந்த, ஏறக்குறைய பகுத்தறிவற்ற வெறுப்புணர்ச்சி மட்டுமே.

அவர்கள் எல்லோருமே பயமுறுத்தக்கூடிய தொழில்நுட்ப நிபுணர்கள் என்றாலும் மோசமானதில் இருந்து அலட்சியப்படுத்திவிடக்கூடிய அளவுக்கான ஆங்கிலம் பேசும் திறமைகள் கொண்டவர்கள் மட்டுமே. அத்துடன் முஸ்லீம்களைப் பற்றியும், இந்த நாட்டை அழித்துவிடக்கூடிய அவர்களுடைய திட்டங்கள் பற்றியுமான தங்களுடைய கண்ணோட்டங்களை வெளிப்படுத்த இயலாமலும் தீவிர விரக்தியடைந்தவர்கள்.

நீங்கள் அவர்களுடைய தோற்றத்தையும் சொல்லிவிட முடியும். ஒரு வழக்கமான ஆலன் சாலி டிரவுஸர்கள், உடன் அத்தியாவசிய இந்திய ஆண்களுக்கே உரிய பானை வயிறு மற்றும் செக்டு ஷர்ட் உடன் தோளில் தொங்கும் கறுப்புநிற லேப்டாப் பை, இவர்தான் உங்களால் மறுபடியும் பார்க்க முடியாத ஒருவர்.

ட்ரால் 1

ட்ரால் 1 தன்னுடைய இருபதுகளின் பிற்பகுதியில் இருந்தார். காபி ஆர்டர் செய்த அவர் பதற்றமாகவும் அசௌகரியத்துடனும்

காணப்பட்டார். நான் அவரைப்பற்றி சொல்லுமாறு கேட்டவுடன் அமைதியான அவர் மேசையில் கிடந்த சர்க்கரைப் பாக்கெட்டுகளால் பதட்டமடைவதை நிறுத்திக்கொண்டார். உத்திரப்பிரதேசத்தில் உள்ள பிரதாப்நகரைச் சேர்ந்த ஒரு தாக்கூர் அவர் என ரொம்பவும் பெருமையுடன் என்னிடம் சொன்னார். தன்னுடைய பள்ளியில் முதல் மாணவராக இருந்த அவர் என்ஜினியரிங்கிற்கான ஜேஇஇ தேர்வும் எழுதியிருக்கிறார். பிறகுதான் அவருடைய முகம் இருண்டுபோனது. 'எனக்கு 90 தரநிலை கிடைத்தது, ஆனால் இந்த சாமர்களோ [தோல் பொருள்கள் செய்கின்ற தலித்துகளை குறிப்பிடும் தகாத வார்த்தை] 60 தரநிலையிலேயே சேர்ந்துவிடுகின்றனர். என்னால் முடியவில்லை. இது நியாயமா மேடம்? எல்லாமே இந்த மக்களுக்காகவும் முஸ்லீம்களுக்காகவும்தான்.'

அவர் உண்மையாகவே விரக்தியில் இருந்தார், பொருளாதாரத்தின் மந்தநிலை மற்றும் உத்திரப் பிரதேசத்தில் நிலவிய வேலைவாய்ப்பின்மை ஆகியவற்றை பிரதிபலிக்கக்கூடியவராக தெரிந்தார். இந்தியாவின் வளர்ந்துவரும் இளைஞர் கூட்டத்திற்கான வேலைவாய்ப்பை வழங்குதல் என்ற மோடியின் தொலைநோக்குப் பார்வையால் அவர் பெருமளவு ஈர்க்கப்பட்டிருந்தார்; ஏறக்குறைய மக்கள்தொகையில் 50 சதவிகிதத்தினர் இருபத்தைந்து வயதுக்கு உட்பட்டவர்கள், 65 சதவிகிதத்தினர் முப்பத்தைந்து வயதுக்கு உட்பட்டவர்கள்.

முஸ்லீம்களுக்கு இட ஒதுக்கீடு கிடையாது என நான் சுட்டிக்காட்ட முனைந்தேன். அவர் அதை அப்பால் ஒதுக்கிவிட்டு சொன்னார், 'அதனால்தான் அவர்கள் படிப்பதில்லை, குழந்தைகள் பெற்றுக்கொள்வதிலேயே பிஸியாக இருக்கிறார்கள்.' அவர் எப்படி பிஜேபியுடன் சம்பந்தப்பட்டார் என்று கேட்டபோது, 'என்னுடைய குடும்பத்தினர் எப்போதுமே பிஜேபி ஆதரவாளர்கள்தான். மிகவும் செலவு பிடிக்கின்ற மானவ் ராச்னா பல்கலைக்கு செல்லுமாறு நான் நிர்பந்திக்கப்பட்டேன், ஆனால் அது மட்டும்தான் எனக்கு கம்ப்யூட்டர் என்ஜினியரிங் படிப்பை வழங்கக்கூடியதாக இருந்தது. நான் மாணவர் அரசியலில் ஈடுபட்டேன், மோடி ஜி-க்காக பிரச்சாரம் செய்தேன். மேடம், இந்தியாவை மாற்றக்கூடிய, பல வருடங்களாக நம்மை கீழ்நிலையிலேயே வைத்திருக்கின்ற சமூக ஒழுங்கை மாற்றக்கூடிய ஒரே தலைவர் அவர் மட்டும்தான் என்பதை புரிந்துகொள்ளுங்கள். ஊடகத்தில் உள்ள நீங்கள் எல்லோரும் நம்முடைய வரலாற்றை, நம்முடைய நிஜமான சடங்கு

சம்பிரதாயங்களை தெரிந்திருக்கவில்லை. முஸ்லீம்களுக்கு மட்டும் ஆதரவு தந்து கொண்டிருக்கிறீர்கள்.'

நான் சந்தித்த ஒவ்வொரு ட்ராலும் இரண்டு விஷயங்களில் தெளிவாக இருந்தனர்: முஸ்லீம்கள் மிகுந்த வன்முறையாளர்கள் என்பதுடன் அவர்கள் எல்லோரும் அசைவ உணவு சாப்பிடுவதாலேயே வன்முறையாளர்கள். மதக் கலவரங்களில் முஸ்லீம்கள்தான் மிக மோசமாக பாதிக்கப்பட்டிருக்கிறார்கள் என்று தரவுகளுடன் நீங்கள் நிரூபிக்க முனைந்து அவர்களை மாற்ற நினைத்தாலும் அதையெல்லாம் கேட்க தயாராகவே இல்லை.

ட்ரால் 1 தன் தலையை ஆட்டிக்கொண்டே இருந்தார், கண்ணோடு கண் பார்க்கவில்லை, தெளிவாக கேட்கவும் இல்லை. என்னுடைய வாதங்கள் அவரை உடன்பட வைக்கவில்லை. பிறகு என்னை மேல்நோக்கிப் பார்த்துக் கூறினார், 'உங்களைப் போன்றவர்கள் உண்மையில் முஸ்லீம்களுக்கு எந்த உதவியும் செய்வதில்லை, ஆனால் மோடி ஜி-யை தாக்குவதற்கு மட்டும் எதை வேண்டுமானாலும் பயன்படுத்துகிறீர்கள்.' இந்தப் புத்தகத்திற்கான விசாரணையின்போது நான் தொடர்ந்து எதிர்கொண்ட முரண்பாட்டு நிலை இதுதான். மோடி அவருடைய பக்தர்களால் ஒரு மீட்பராக தங்களுக்கு எதிரான வரலாற்றுத் தவறுகளை ஏற்படுத்தியவர்களை தண்டிப்பவர் மற்றும் அதேநேரத்தில் 'மதச்சார்பின்மை' என்ற அமைப்பினால் தண்டிக்கப்பட்டு பலியாகிறவர்.

ட்ரால் 1 பின்பு தன் விஷயத்திற்கு வந்தார். ஒவ்வொரு நாள் காலையிலும் உருவாக்கப்படும் பிரத்யேக ஹேஷ்டேக்குகளைக் கொண்டு சமூக ஊடகத்தில் எது டிரெண்டாக இருக்கவேண்டும் என்பதை அவர்கள் தீர்மானிப்பார்கள் என்றார். பத்திரிக்கையாளர்கள், குறிப்பாக 'மோடிக்கு எதிரானவர்கள்' என்று கருதப்படும் உயர்மட்டத்தில் இருப்பவர்கள் அல்லது 'கட்டணம் பெறும் ஊடகத்தைச்' சேர்ந்த 'sickular presstitutes' ஆகியோர் தூற்றல் வகையின் சிறப்பு கவனத்திற்காக இனம் காணப்படுவார்கள்.

ட்ரால் 1 சற்றே அசௌகரியமாக காணப்பட்டார், தன்னுடைய பானத்தை சத்தம் எழுப்பும் வகையில் கர்க் கர்க் என்று உறிஞ்சிவிட்டு சொன்னார், '*Ab aap se mil liya hoon toh kam gaali doonga*. நான் உங்களை தொலைக்காட்சியில் பார்த்திருக்கிறேன், நீங்கள் மிகவும் சார்பாளர் அல்ல. [நான் இப்போது உங்களைப் பார்த்துவிட்டதால் உங்களை குறைவாகவே தூற்றுவேன். நான் உங்களைத் தொலைக்காட்சியில்

பார்த்திருக்கிறேன். நீங்கள் மிகவும் பக்கச்சார்பானவர் அல்ல' இறுதியாக, ஏதோ ஒரு பெரிய சலுகை வழங்குவதைப் போல் அவர் முணுமுணுத்தார், 'நான் உங்களை presstitute என்று மட்டுமே அழைப்பேன். Prostitute என்றோ ரேண்டி(விபச்சாரி) என்றோ அழைக்க மாட்டேன்.'

பெண்களின் மீது ஏன் இந்த தாக்குதல்கள் என்று எனக்கு மிகுந்த ஆர்வமாய் இருந்தது. குறிப்பாக பெண் பத்திரிக்கையாளர்களே பலாத்கார மிரட்டலுக்கு ஆளாகிறார்கள். அவர்கள் மேற்கொள்ளும் வழக்கத்திற்கு மாறான பாலுறவு செயல்கள் குறித்து விவரிக்கப்படுகின்றன. பெண்ணுடன் உடலுறவு கொள்வதன் அதிர்ச்சிகரமான விவரிப்புகளுடன் கூடிய பெண்ணுறுப்பு மயிர்க்கற்றை அல்லது அவள் அதை எப்படி சுத்தப்படுத்த வேண்டும் என்ற விவரிப்புகள் டிவீட் செய்யப்படுகின்றன. பெண்ணுறுப்பு மயிருடன் டிவீட் செய்யப்படும் கணக்குகள் குறித்து தெரிவிக்கப்பட்டால் அவை டிவிட்டரால் விரைந்து இடைநீக்கம் செய்யப்படுகின்றன.

அந்தத் ட்ரால் நெளிந்தார். நீங்கள் ட்ரால் செய்யும் ஒரு பெண்ணால் கேள்விக்கு உள்ளாக்கப்படுவதைக் காட்டிலும் ஒரு கீபோர்ட் வீரனாக இருந்து தூற்றல்களை பரப்புதல் என்பது சுலபமான விஷயம். 'பாருங்கள், இதுதான் சுலபமான வழி, ஏனென்றால் சாதாரண மக்களுக்கு இது ஒரு திட்டமிட்ட தாக்குதல் என்பது தெரியாது என்பதுடன் அது அவர்களை அதிர்ச்சியடைய வைக்கும். நாங்கள் பாலியல் விஷயங்களை பயன்படுத்தும்போது பத்திரிக்கையாளர்கள் சாதாரணமாகவே எங்களை உடனடியாக தடை செய்துவிடுவார்கள். அதுவே ஒரு வெற்றிப் புள்ளிதான். நீங்கள் ஓடும்போதுதான் நாங்கள் தெளிவாகத் தாக்குவோம். நான் பலாத்கார அச்சுறுத்தல்கள் போன்றவற்றை செய்வதில்லை; அது சரியும் அல்ல, ஆனால் ஊடகத்தில் உள்ள நீங்கள் நிறைய விஷயங்களை செய்கிறீர்கள். தவறான உறவுகள் மற்றும் கட்டற்ற பாலுறவு.'

'Aap ke media mein to sab log Pakistan se paisa lete hain. Uss Barkha Dutt koh dekhiye ISI agent hai. Uss ke toh Musalman miyan hain [இந்தியாவில் உள்ள உங்களைப் போன்ற ஊடகவியலாளர்கள் பாகிஸ்தானிடம் இருந்து பணம் வாங்குகிறீர்கள். அந்த பர்க்கா தத் ஒரு ஐஎஸ்ஐ ஏஜெண்ட், அவருக்கு ஒரு பாகிஸ்தானி கணவர் இருக்கிறார்' என்றார் அவர்.

தத் பாகிஸ்தானி யாரையும் திருமணம் செய்யவில்லை, அவர் ஒரு மரியாதைக்குரிய பத்திரிக்கையாளர். இப்படிப்பட்ட ‘உண்மைகள்’ அவருக்கு எப்படித் தெரியும் என்று கேட்டபோது, ட்ரால் 1 புன்னகைத்தார். வெற்றிபெற்றுவிட்டதைப் போல் புன்னகைத்த அவர் கூறினார், ‘சமூக ஊடகப் பிரிவில் உள்ள எல்லா உறுப்பினர்களுக்கும் உங்களைத் தாக்கவேண்டிய உண்மைகளின் பட்டியல் தரப்படும். நாங்கள் உங்களைத் தாக்குவதற்கு எடுத்துக்கொள்வதற்காக உங்களுடைய சர்ச்சைக்குரிய டிவீட்டுகள் எங்களிடம் திரைக்காட்சியாக இருக்கும். ஒரு ரகசிய கிறிஸ்துவராகிய சாகரிகா கோஸ் போன்ற ஊழல் பத்திரிக்கையாளர்கள் மற்றும் அவருடைய ஊழல் ஏஏபி கணவர் ராஜ்தீப் சர்தேசாய் போன்றவர்கள் யுபிஏ ஆட்சியில் இருந்தபோது ராடியாவின் இடைத்தரகர்களாக செயல்பட்டு கோடிகளைக் குவித்தவர்கள்.’ இது நீரா ராடியாவை குறிக்கிறது, அவர் யுபிஏ ஆட்சியின்போது 2ஜி விவகாரத்தில் சம்பந்தப்பட்ட கார்ப்பரேட் லாபியிஸ்ட்.

ஒரு வாய் ஜூஸ் அருந்தியபோது அவர் கண்கள் பளிச்சிட்டன. ‘அவர்களுடைய பங்களாவின் மதிப்பு என்னவென்று எனக்குத் தெரியாது, ஆனால் நான் எப்போதுமே 150 கோடி என்பேன்’ என்று சொல்லிவிட்டு மேலும் அவர் கூறினார், *'Par zyada phekna nahi chahiye then people don't take so serious* [நீங்கள் மிகவும் நிறைய பொய் சொல்லக்கூடாது, இல்லாவிட்டால் மக்கள் உங்களை சீரியஸாக எடுத்துக்கொள்ள மாட்டார்கள்].’

பண விஷயம் என்று வரும்போது அவர் மிகுந்த கவனத்துடன் இருக்கிறார். அவருடைய நாளின் பெரும்பாலான நேரத்தை எடுத்துக்கொள்ளும் இந்த ட்ராலால் பணப்பயன் இருக்கிறதா? அவருக்கு பிஜேபி பணம் கொடுக்கிறதா? மற்றொரு நுரைபொங்கும் பானத்திற்கு ஆர்டர் தந்த பின்னர் அவர் சொல்கிறார், *'Arrey, kya Swati ji, hum log asli bhakt hai, ideology kei liye kartey hain* [நாங்கள் உண்மையான பக்தர்கள், எங்களுடைய சித்தாந்தத்திற்காகத்தான் இந்த வேலையை செய்கிறோம்].’

ஆனால் வாழ்வாதாரத்திற்கு அவர் எப்படி சமாளிக்கிறார்? அவர் சுற்றிலும் பார்த்துவிட்டு தன் குரலைத் தாழ்த்திக்கொண்டு சொன்னார், ‘பாருங்க, நான் கடமைப்பட்டவன்; *main karta hoon*. ஆனால் நான் கேள்விப்பட்ட வரையில் மற்றவர்கள் ஒவ்வொரு டிவீட்டிற்கும் பணம் எதிர்பார்க்கிறார்கள், சொல்லப்போனால் அமைச்சகங்களின்

டிஜிட்டல் மற்றும் சமூக ஊடக பிரச்சாரங்களுக்கான உரிமைகளைப்பெற நிறுவனங்களைக்கூட நடத்துகிறார்கள்.'

ட்ரால் 2

நான் சந்தித்ததிலேயே மிகவும் சகிப்புத்தன்மையற்ற ஒரு ட்ரால் இவர்தான். பார்ப்பதற்கு அவருடைய வயதைக் காட்டிலும் பத்து வயது கூடுதலாக தெரியக்கூடிய ஒரு பருத்த உடல்வாகு கொண்ட இளைஞர். அவருக்கு பெண்களிடம் பேசுவதில் அசௌகரியம் இருப்பது தெளிவாகவே தெரிந்தது, ஒரு முன்னாள் ஆர்எஸ்எஸ் தொண்டரின் மிகுந்த தூண்டுதலுக்குப் பின்னர் அவர் என்னை சந்திக்க ஒப்புக்கொண்டார். நாங்கள் டெல்லியில் உள்ள ஜாந்திவாலன் ஆர்எஸ்எஸ் தலைமையகத்திற்கு அருகாமையில் சந்தித்தோம், அவர் உடனடியாக லவ் ஜிஹாத் பற்றி கட்டுப்பாடில்லாமல் பேசத் தொடங்கிவிட்டார். அது மதவாத உணர்வுகளை சூடேற்றுவதற்காக உருவாக்கப்பட்ட சொற்பதம் என்று நான் எதிர்வாதம் செய்தபோது அவர் என்னை பைத்தியக்காரனைப் போல் பார்த்தார்.

அவர் கொஞ்சமும் மூச்சுவிட்டுக்கொள்ளாமல் நான் கான்வெண்ட் பள்ளியில் படித்தவரா என்று கேட்டார். நான் ஆமாம் என்று சொல்ல முயற்சித்தேன், ஆனால் பிரைமரி பள்ளி வரை மட்டுமே என்று சொன்னபோது என்னை இடைமறித்த அவர், 'பாருங்க, இப்போதுதான் எனக்கு புரிகிறது, அங்குள்ள கன்னிகாஸ்த்ரீகள் உங்களை மூளைச்சலவை செய்திருப்பார்கள். இந்தியாவின் யதார்த்தம் என்னவென்று உங்களைப் போன்றவர்களுக்கு எதுவுமே தெரியாது. இந்த முஸ்லீம்களும் கன்னிகாஸ்த்ரீகளும் நம்மை மறுபடியும் ஆளவேண்டும் என்று நினைக்கிறார்கள். சரி, குறைந்தபட்சம் அந்த கன்னிகாஸ்த்ரீகளாவது லவ் ஜிஹாத்தில் ஈடுபடாமல் இருக்கிறார்கள். முஸ்லீம் ஆண்கள் ஹிந்துப் பெண்களின் மனதைக் கெடுத்து தங்களுக்குள் கலப்புக் குழந்தைகளைப் பெற்றுக்கொள்கிறார்கள்' என்றார்.

பிறகு அவர் முந்தைய விஷயத்திற்கே சென்றுவிட்டார். 'இந்த முஸ்லீம்கள் மட்டுமீறி உடலுறவு கொள்பவர்கள். அவர்களுடைய பெண்கள் அவர்களை திருப்திப்படுத்துவதில்லை என்பதால் எங்களுடைய பெண்களைத் தேடி வருகிறார்கள். இதெல்லாம்

அவர்கள் சாப்பிடும் மாட்டுக்கறி செய்கின்ற வேலை.' மட்டுமீறி உடலுறவு கொள்ளும் முஸ்லீம்கள் மாட்டுக்கறி சாப்பிட்டு ஏழைப்பட்ட, தற்காப்பற்ற ஹிந்துப் பெண்களை தேடிச் செல்கிறார்கள். அவருடைய கூச்சலைக் கேட்டு சற்றே சோர்வுற்ற நான் அந்த நேர்காணலை முடித்துக்கொள்ள நினைத்தேன். ஆனால் அவருக்கு அப்படி எதுவும் தோன்றவில்லை. ரொம்ப நாட்களாகவே அவர் சொல்வதைக் கேட்பதற்கான ஆட்கள் யாரும் அவருக்கு சிக்கவில்லையோ என்பதுபோல் எனக்குத் தோன்றியது.

அவருக்கு ரகசியமாகத் தெரிந்திருந்த சில லவ் ஜிஹாத் சம்பவங்களை அவர் பட்டியல்போடத் தொடங்கிவிட்டார். என்னுடைய ஆர்வமின்மையை உணர்ந்துகொண்ட அவர் மிகவும் மூர்க்கத்தனமாகி சொன்னார், 'உங்களைப் போன்றவர்கள் உண்மையில் இந்தியர்கள் அல்ல, அதனால்தான் நாங்கள் எந்தளவுக்கு பாதிக்கப்படுகிறோம் என்பது பற்றி நீங்கள் கவலைப்படுவதில்லை. உங்களுக்கெல்லாம் மேற்கில் இருந்து நிதி வருகிறது, அதனால்தான் நீங்கள் அவர்களுடைய பிரச்சாரத்தை இங்கே செய்து வருகிறீர்கள். மோடி ஜி பிரதமரானபோதுதான் நமக்கு நிஜமான சுதந்திரமே கிடைத்திருக்கிறது. அதற்கு முன்பு அது ஒரு போலி சுதந்திரம். நமக்கு இந்த உலகில் எந்த மரியாதையும் கிடையாது. சீனா உட்பட எல்லா நாடுகளுமே நம்மைப் பார்த்து சிரித்தன. இப்போதுதான் எல்லாரும் நம்முடைய விராத் பாரத்தை மதிக்கிறார்கள்.'

நாங்கள் பிரிகின்ற சமயத்தில் ரகசியமான முறையில் அவர் என்னை புகைப்படம் எடுக்க முயற்சித்தார். நான் ஏன் என்று கேட்டபோது அவர் சொன்னார், 'அதுவா, நான் உங்களைத் தொலைக்காட்சியில் பார்த்திருக்கிறேன், நான் உங்களைச் சந்தித்தேன் என்று சொன்னால் என்னுடைய நண்பர்கள் நம்பமாட்டார்கள்.' அதனால் நான் அவரை செல்ஃபி எடுக்க அனுமதித்தேன். படம் எடுத்த பின்னர், என்னுடைய 'தவறான புரிதல்களை' சரிசெய்துகொள்ள உதவும் வகையில் சில புத்தகங்களை எனக்கு அனுப்பி வைப்பதாகக் கூறினார். என்னுடைய முகவரியைப் பகிர்ந்துகொள்வதில் ஆர்வமில்லாத நான் அதைத் தவிர்க்க முயற்சித்தேன். ஆனால் அவர் உறுதியான முறையில், 'நானே வந்து அந்தப் புத்தகங்களை உங்களுக்குத் தருகிறேன்' என்றார்.

ட்ரால் 3

நான் சந்தித்ததிலேயே மிகவும் சுவாரஸியமான ட்ரால் பிஹாரைச் சேர்ந்தவர், ஐக்கிய ஜனதா தள (ஜேடியு) தொண்டரான அவர் மாநில அரசாங்கத்தில் பிஜேபியும் ஜேடியுவும் கூட்டணி வகித்தபோது நிதிஷ் குமார் தொண்டராக இருந்தவர்.

திரு. மோடி பிரதமர் வேட்பாளர் ஆன விவகாரத்தில் நிதிஷ் குமார் கூட்டணியை முறித்துக்கொண்ட பின்னர் ட்ரால் 3 துரோகமிழைக்கப்பட்டதாக உணர்ந்தார். பாட்னாவிற்கு அருகாமையில் நடக்கும் ஷாகா பற்றி தெரிந்துகொண்ட அவர் அங்கு சென்றுவரத் தொடங்கினார். அங்கு அவருக்கு வரலாற்றுப் பாடங்கள் கற்றுத்தரப்பட்டன. பிஸ்கட்டுகள், குட்கா மற்றும் தண்ணீர் விற்குமளவுக்கான சிறு பெட்டிக்கடை ஒன்றை வைத்துக்கொள்ள அவருக்கு பணமும் தரப்பட்டது.

அந்தக் கூட்டணி முறிந்தபிறகு மாதத்திற்கு இரண்டு நாட்களுக்கு என டெல்லியில் இருந்து வரும் ஒரு சிறிய குழு சமூக ஊடகத்தைப் பயன்படுத்துவது பற்றி அந்த ஷாகா முழுமைக்கும் பயிற்சி அளித்தது என என்னிடம் கூறினார். உத்திரப்பிரதேசத்திலும் பிஹாரிலும் ஹிந்தி வழி பள்ளியில் படித்தவர்களுக்கு ரெபிடெக்ஸ் இங்கிலீங் ஸ்பீக்கிங் கோர்ஸ் பாடங்கள் நடத்தப்பட்டன. பிரதானமாக உரையாடல் ஆங்கிலத்தை அவர்கள் கற்றனர். அந்த பயிற்சியை அவரே சொல்லிக்கொள்வதுபோல் அது ஏறக்குறைய ‘சமூக ஊடகத்தில் ரெபிடெக்ஸ் இங்கிலீஷ் ஸ்பீக்கிங் கோர்ஸ்.’

முன்பு ஒருமுறைகூட கம்ப்யூட்டரை தொட்டிராத நிலையில் இருந்து - *‘Mujhe darr lagta tha kahin kharab na kar doon* [நான் அதை சேதப்படுத்திவிடுவேனோ என்று பயமாக இருந்தது]’ - முதலில் ஷாகாவின் நொறுங்கிப்போன பழைய டைப்ரைட்டரைப் பயன்படுத்தி கீபோர்டின் அடிப்படைகளை கற்றுக்கொண்டு, காப்பியடிப்பது ஒரு விதியாகவே இருந்துவந்த பிஹாரின் கல்விமுறையில் பள்ளிக்குச் சென்றதன் அசௌகரியங்களை மீறி வந்தது வரையில், ட்ரால் 3 ஒரு நீண்ட பாதையை கடந்து வந்திருக்கிறார்.

‘முதலில் அவர்கள் முழு ஷாகாவுக்கும் கற்றுக்கொடுக்கத்தான் முயற்சித்தார்கள். ஆனால் நிறைய வயதானவர்கள் அதைக் கற்றுக்கொள்ள விரும்பாததால் ஒரு முக்கியமான குழுவைத்

தேர்ந்தெடுத்த அவர்கள் ஏபிசிடி முதற்கொண்டு எல்லாவற்றையும் அடிப்படையில் இருந்தே கற்றுக்கொடுத்தனர்.' ஒரு தீயணைப்பு வாகனத்தைப் போல் பிரகாசமுற்று சிவந்துபோன அவர் சொன்னார், 'அவர்கள் மறுபடியும் எங்களுக்கு ஹிந்தி எழுத்துமுறையை பயிற்றுவித்தார்கள். உங்களுக்கே தெரிந்திருக்கும், பிஹாரில் நாங்கள் நிறைய அரசியல் பேசுவோம். ஆனால் எங்களுடைய அடிப்படைக் கல்வியறிவு பலவீனமானது.'

'மேடம், கம்ப்யூட்டரை பயன்படுத்த மிகவும் சுலபமாக இருந்தது, அத்துடன் அது எனக்கு மிகுந்த பலத்தைக் கொடுத்தது. இந்தியாவில் கல்வி என்ற பெயரில் சொல்லித்தரப்பட்ட எல்லாப் பொய்களையும் என்னால் வெளிக்கொணர முடியும். நிதிஷ் உதவியுடன் வம்பாந்தியால் [இடதுசாரிகளால்] பொய்கள் டிவீட் செய்யப்படும்போது அந்தப் பொய்யர்களை தாக்குவதன் மூலம் அவற்றை என்னால் தடுக்க முடியும். Har issue pe hamara line hota hai [ஒவ்வொரு பிரச்சினைகளுக்கும் எங்களிடம் ஒவ்வொரு வரி இருக்கிறது] என்னுடைய பூத்தை நானே நிர்வகிக்கிறேன், ஷாகாவுக்கு சென்று என்னுடைய கட்சிக்கு உதவுகிறேன். இப்படியே போய்க்கொண்டிருந்தால் அடுத்த ஐந்து வருடங்களில் எனக்கு எம்எல்ஏ சீட் கிடைக்கும் என்ற நம்பிக்கை எனக்கிருக்கிறது. நான் நிதிஷுடனே இருந்திருந்தால் எனக்கு எதுவுமே கிடைத்திருக்காது. அவர் லாலுவின் பரிவாரத்தைத்தான் மேம்படுத்துகிறார். மோடி ஜி எங்கள் எல்லோருக்கும் சங்கத்தில் நம்பிக்கையை கொடுத்திருக்கிறார்.'

ட்ரால் 3-ஐ பொறுத்தவரையில், இளைஞர்களுக்கு மிகச்சில பொருளாதார வாய்ப்புகளே உள்ள பிஹாரில் இந்த நிலையில் பிஜேபிக்காக வேலை செய்வதென்பது முன்னோக்கி செல்வதற்கான வழியாக இருக்கிறது. ஏதோ ஒருவகையில் அவர் சித்தாந்தமயப்பட்டிருக்கலாம், ஆனால் எளிமையாக சொல்லவேண்டுமென்றால், அந்த சிந்தாந்தம் வாய்ப்பை வழங்கியிருக்கிறது.

தன்னுடைய ஏறத்தாழ 15,000 பின்தொடர்நர்களுக்கும் டிவீட் செய்கின்ற விஷயங்களை எல்லாம் அவர் உண்மையிலேயே நம்புகிறாரா என்று கேட்டபோது வெட்கப்பட்டு காணப்பட்ட அவர் சொன்னார், 'நான் பள்ளிக்கூடத்தில் கற்றுக்கொள்ளாததை ஷாக்காவில் கற்றுக்கொண்டேன். Aur belief kya hota hai? Har umar pe badalta hai [நம்பிக்கை என்றால் என்ன? அது எல்லாக் காலமும்

மாறிக்கொண்டேதான் இருக்கிறது. என்னிடம் பணம் இல்லாதபோது எனக்கு வேண்டியதை வாங்கிக்கொள்ள முடியாததால் நான் கடைக்காரர்களை வெறுத்தேன். இப்போது என்னுடைய பூத்தை வைத்து நான் சம்பாதித்ததை பாதுகாக்க வேண்டியிருக்கிறது.' மேலும் அவர் கூறுகையில், 'Hum Bihari hamesha politics mein interest rakhtey hai lekin ab Modi ji ko defend karna mushkil ho gaya hai. Bahut boltey hai, lekin on-ground kuch nahi hai [பிஹாரிகளாகிய எங்களுக்கு எப்போதுமே அரசியலில் ஆர்வமுண்டு, ஆனால் இப்போது மோடி ஜியை பாதுகாக்க கடினமாக இருக்கிறது. அவர் நிறையவே பேசுகிறார். ஆனால் எதுவுமே நடப்பதில்லை.]'

அவர் என்னை டெல்லியின் வடக்கு வளாகத்தில் உள்ள ஒரு சிறிய உணவகத்திற்கு வந்து பார்க்குமாறு வற்புறுத்தினார், பாட்னாவில் இருந்து தன்னுடைய உறவினர்கள் வரும்போது அவர் அங்குதான் தங்குவாராம். சுற்றிலும் குவிந்திருந்த நாற்றமடிக்கும் குப்பைக்கூளங்களில் அலைந்துகொண்டிருக்கும் அழுக்கேறிய பசுக்கள் மற்றும் மொய்த்துக்கொண்டிருக்கும் ஈக்களை சுட்டிக்காட்டிய அவர் ஒரு நிஜமான புன்னகை கண்களை எட்டுமளவுக்கு புன்னகைத்துவிட்டு கூறினார், 'Madam, yeh asliat hai; kitna Singapore bataogey? [மேடம், இதுதான் நிஜம். இதை நீங்கள் எப்படி சிங்கப்பூர் என்பீர்கள்?]'

'Umeed bahut hai lekin hoh nahi paa raha is liye aaj kal main bhi gaali kam deta hoon. Kya faayda?

[நம்பிக்கைகள் நிறைய இருக்கின்றன, ஆனால் அவையெல்லாம் நடக்கும் என்று தோன்றவில்லை. அதனால் நானும் இப்போது குறைவாகவே தூற்றச் செய்கிறேன். என்னதான் அர்த்தமோ?].'

4
மற்ற சில டிரெண்டுகள்

இந்த சமூக ஊடகப் பிரிவு பணியாளர்கள் அளித்துள்ள விவரங்கள் தினசரி அடிப்படையில் என்டிஏசி எப்படி இயங்குகிறது என்பதை நமக்குத் தெளிவாக படம்போட்டுக் காட்டியிருக்கிறது, அவர்களுடைய உயர்நிலை சமூக ஊடக பிரச்சாரங்களில் சிலவற்றின் மீது வெளிச்சத்தையும் பாய்ச்சியிருக்கிறது. இந்த அத்தியாயத்தில், ஆன்லைன் செயல்பாட்டில் உள்ள வேறு சில கவலைக்குரிய டிரெண்டுகளைப் பற்றி நாம் பார்க்கலாம்.

தாய்லாந்து தொடர்பு

ஏஏபி சமூக ஊடகத் தலைவரான அங்கித் லால் பிஜேபி-யின் சமூக ஊடகப் பிரிவை படியாக்கம் செய்து தன்னுடைய வேலையின் ஒரு பகுதியாக ஆளும் கட்சியின் சமூக ஊடகத்தைப் பின்தொடர்ந்து வருகிறார். தான் பயன்படுத்திய பகுப்பாய்வு கருவிகளைக் கொண்டு நட்த்திய ஒரு விசாரணையையும் (பார்க்க பின்னிணைப்பு 2) என்னுடன் பகிர்ந்துகொண்டிருக்கிறார், அந்த விசாரணையானது இங்கிலாந்தைச் சேர்ந்த தொழில்நுட்ப நிபுணரும், தனக்கென்று சொந்த நிறுவனத்தை வைத்திருப்பவருமான சித்தார்த் பாஸ்கர் என்பவரால் சீராய்வு செய்யப்பட்டு உறுதிப்பட்டது. பாஸ்கர் தகவல் தொழில்நுட்ப என்ஜினியர் என்பதுடன் ஒரு முன்னணி ஐரோப்பிய தொழில் பள்ளியில் எம்பிஏ பட்டமும் பெற்றிருக்கிறார். இந்தியா, அமெரிக்கா மற்றும் ஐரோப்பாவில் உள்ள ஹியூஸ், அக்சென்ச்சர் மற்றும் பிடபியுள்யூசி உள்ளிட்ட முன்னணி கன்சல்டிங் மற்றும் ஐடி நிறுவனங்களில் பணிபுரிந்திருக்கிறார். அவருடைய சமீபத்திய பங்களிப்புகள் என்று எஃப்டிஎஸ்இ 100 நிறுவனங்கள் மற்றும் யுகே பப்ளிக் செக்டார் நிறுவனங்களின் மூத்த நிர்வாகத்திற்கு உதவியதைக் குறிப்பிடலாம். அவர் தற்போது நடத்திவரும் சொந்த ஆலோசனை நிறுவனமானது தொழில்நுட்பத்தைப் பயன்படுத்தி அவருடைய வாடிக்கையாளர்கள் சிறந்த முடிவுகளை எடுக்க உதவும் வகையில் செயல்பட்டு வருகிறது.

தாய்லாந்தில் உள்ள டிவிட்டர் நிர்வகிப்புகள் தொடர்ந்து பிஜேபி உருவாக்கிய மோடி ஹேஷ்டேக்குகளைக் கொண்டு டிவீட் செய்து வருவதை லாலின் ஆய்வு கண்டுபிடித்திருக்கிறது. அந்த தாய்லாந்து ஹேஷ்டேக்குகள் திரு மோடி, மனோகர் பாரிக்கர், ஸ்மிருதி இரானி மற்றும் ராஜ்நாத் சிங் ஆகியோரால் பயன்படுத்தப்படுகின்றன.

இதற்கு இரண்டு சாத்தியமுள்ள விளக்கங்கள்தான் இருக்க முடியும் என லால் கூறுகிறார். பிஜேபி சமூக ஊடக கட்டுப்பாட்டு மையங்கள் தங்களுடைய இடத்தையும் அடையாளத்தையும் மறைத்துக்கொள்ள வர்ச்சுவல் பிரைவேட் நெட்வொர்க்குகளை (VPNs) பயன்படுத்த தொடங்கியிருக்க வேண்டும். விபிஎன் என்பது பொது நெட்வொர்க் அல்லது இணையத்தை தாண்டியும் நீளக்கூடிய ஒரு தனியார் நெட்வொர்க். இது பயனர்கள் ஒரு குறிப்பிட்ட நெட்வொர்க் அல்லது புவியமைப்போடு நேரடியாக தொடர்பு கொண்டிருப்பதுபோல் பாவனை செய்து டேட்டாவை பெறவோ அல்லது அனுப்பவோ உதவக்கூடியதாகும். எளிமையாகச் சொன்னால், விபிஎன்களால் ஒரு பயனரின் உண்மையான இடத்தை மறைக்க முடியும். உதாரணத்திற்கு, தங்களுடைய கம்ப்யூட்டர்கள் லண்டனில் இருப்பதைப் போல் பாவனை செய்யும் டெல்லியைச் சேர்ந்த ஒருவரால் அவை பயன்படுத்தப்படும். இதனால் அவை இங்கிலாந்தைச் சேர்ந்த பயனர்களுக்கு மட்டுமே கிடைக்கக்கூடிய உட்கருத்தை அணுக முடியும். விபிஎன் சுவற்றிற்கு பின்னால் மறைந்தபடி அரசியல்ரீதியாக உற்சாகப்படுத்தக்கூடிய ஹேஷ்டேக்குகளை டிரெண்ட் செய்ய போலி நிர்வகிப்புகளை உருவாக்க முடியும். ஒரேவிதமான உட்கருத்து பல்வேறு நிர்வகிப்புகளால் பயன்படுத்தப்படுவது குறித்து இது விளக்கக்கூடியதாக இருக்கலாம்.

மற்றொரு சாத்தியப்பாடு என்னவென்றால், பிஜேபி தங்களுடைய ஆன்லைன் வேலைகளை செய்வதற்கு தாய்லாந்தில் உள்ள ஒரு மார்க்கெட்டிங் ஏஜென்சியை நியமித்திருக்க வேண்டும். இதில் போலி நிர்வகிப்புகள் மற்றும் #UdtaKejriwalfundsUdtaPunjab போன்ற ஹேஷ்டேக்குகளை வைத்து அர்விந்த் கெஜ்ரிவால் போன்ற பிற கட்சித் தலைவர்களை தூற்றுதல் ஆகியவையும் அடங்கும். லால் அடையாளம் கண்டுள்ள ஹீட் மேப்பின் விவரங்கள் பின்னிணைப்பு 2-இல் காணக்கிடைக்கும். மோடி மெக்ஸிகோவில் இருந்தபோது அந்த வருகை குறித்து டிவீட் செய்கின்ற இடங்களின் நான்காவது இடத்தில் சுபான் பூரி இருந்தது, இந்த இடம் பாங்காங்கிற்கு வடக்கே 101 கிலோமீட்டர்கள் தொலைவில், மத்திய தாய்லாந்தில்

அமைந்துள்ள ஒரு சிறு நகரமாகும். லால் இதனைக் கொஞ்சம் ஏளனத்துடனே 'மோடி ஜி-யின் தாய்லாந்து தொடர்பு' என்றார்.

இலக்குகளான நிறுவனங்கள்

இணையவழி வணிக பெருநிறுவனமான மின்த்ராவும்கூட ஆன்லைனில் தாக்குதலுக்கு உள்ளானது. இது, மேற்கு மும்பையின் அந்தேரியைச் சேர்ந்த பிஜேபி பெண்கள் பிரிவு உறுப்பினரான கீதா எஸ்.கபூர் - அவருடைய டிவிட்டர் சுயவிவரத்தின்படி அவர் 'பெண்கள் அதிகாரத்தின் மீது பெருவிருப்பம் கொண்டவர்'- ஒரு படத்தை டிவீட் செய்ததில் இருந்து தொடங்கியது. அந்தப் படத்தின் பின்னணியில் துச்சாதனன் திரௌபதியின் ஆடைகளைக் உருவிக்கொண்டிருக்கும்போது பகவான் கிருஷ்ணர் மின்த்ராவில் ஒரு புடவைக்கு ஆர்டர் செய்கிறார்.

டிவிட்டர் ட்ரால்கள் கும்பலைக் கவர்ந்த மின்த்ரா விளம்பரம்

பெரும் எண்ணிக்கையிலான பின்தொடர்நர்களைக் கொண்டிருக்கும் கபூர் மின்த்ராவிற்கு 2016 ஆகஸ்ட் 25 அன்று வெளிப்படையாக மிரட்டல் விடுத்து டிவீட் செய்கிறார்

Gita S. Kapoor @GitaSKapoor

@myntra தயவுசெய்து இதற்கு விளக்கம் கொடு இல்லாவிட்டால் அமேஸான்/ஸ்நாப்டீல் வழியில் சென்றுவிடு.

இந்தப் படமானது அதற்கும் ஆறு மாதங்களுக்கு முன்பாகவே, சுவாரஸியமான கிராபிக் அட்டைகளுக்காக பிரபலமடைந்திருக்கும் ஸ்க்ரால் டிரால் என்ற ஒரு சமூக ஊடக பதிப்பகத்தால் உருவாக்கப்பட்டிருந்தது. இந்த திட்டப்பணிக்காக, புராணீக கதாபாத்திரங்கள் நவீன வசதிகளைப் பயன்படுத்துவது போல் அவர்கள் கற்பனை செய்திருக்கிறார்கள். அதனால் மிக நீண்ட புடவையைப் பெறுவதற்காக கிருஷ்ணா மின்த்ரா ஆப்பை பயன்படுத்துகிறார். வாடகை வண்டிக்காக காத்திருக்கும் சிவன் யூபர் ஆப்பை பயன்படுத்துகிறார். சாப்பாடு ஆர்டர் செய்வதற்கு விநாயகர் ஸமாட்டோவை பயன்படுத்துகிறார், நாரதர் முனிவர் பயணம் செய்வதற்கு யாத்ரா போர்டலை பயன்படுத்துகிறார்.

மின்த்ராவின் பொருள்களை புறக்கணிக்குமாறு கேட்டுக்கொண்டு ஒரு ஹேஷ்டேக் டிரெண்ட் ஆகத் தொடங்குகிறது. ஆமிர் கானின் கருத்துகளை அடுத்து ஸ்நாப்டீலுக்கு நடந்ததை நினைத்து பயந்துபோன மின்த்ரா, அந்த கிராபிக் தங்களுடைய ஒப்புதலோ அல்லது கவனத்திற்கோ வராமல் மூன்றாம் தரப்பால் உருவாக்கப்பட்டது என விளக்கமளித்தது, ஆனால் ட்ரால்கள் காதைப் பொத்திக்கொண்டன. ஸ்க்ரால் டால்கூட பின்வருமாறு டிவீட் செய்திருந்தது, ‘இந்த போஸ்டர் எங்களால் பிப்ரவரி மாதம் உருவாக்கப்பட்டது. நாங்கள் ஒருபோதும் உணர்வுகளைப் புண்படுத்தும் நோக்கம் கொண்டவர்கள் இல்லை என்பதால் அதை உடனடியாக நீக்கிவிட்டோம்.’

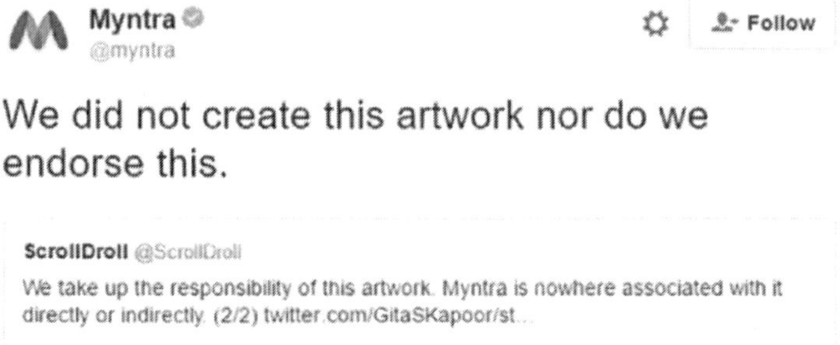

Myntra
@myntra
We did not create this artwork nor do we endorse this.
ScrollDroll @ScrollDroll
We take up the responsibility of this artwork. Myntra is nowhere associated with it directly or indirectly. (2/2) twitter.com/GitaSKapoor/st...

மின்த்ராவின் பதிலும் ஸ்க்ரால் டாலின் விளக்கமும்

ஆப்பிற்கு குறைவான தரமதிப்பு கொடுத்து ஸ்நாப்டீலுக்கு செய்த அதே வியூகத்தை வைத்துதான் ஆன்லைன் ட்ரால்கள் மின்த்ராவையும் குறிவைத்தனர். ஆகஸ்ட் 26 அன்று @ProudlySayGujju பின்வருமாறு டிவீட் செய்திருந்தார்.

மின்த்ரா ஆப் பதிவிறக்கம் செய்யுங்கள், 1 புள்ளி மதிப்பெண் கொடுத்து "நிபந்தனையற்ற மன்னிப்புகள்" கேட்குமாறு சொல்லுங்கள் பிறகு ஆப்பை அழித்திடுங்கள். மின்த்ராவை தரமிறக்குங்கள். நம்முடைய பலத்தைக் காட்டுங்கள்..#BoycottMyntra

Abs Indian @ROFL_India

ஏய் @myntra இதேபோல் மற்ற மதங்களையும் வைத்து வேடிக்கை காட்டேன்... அவர்கள் உன்னுடைய பேண்ட்டில் சிறுநீர் கழிக்க வைத்து விடுவார்கள்... நாங்களும்தான். #BoycottMyntra

இதுவே பின்னர் மேம்படுத்தப்பட்ட #BoycottMyntra என்ற ஹேஷ்டேக்காக டிவீட் செய்யப்பட்டது, அதைத்தொடர்ந்து நூற்றுக்கணக்கான டிவீட்களில் ஒரேவிதமான செய்தியே பயன்படுத்தப்பட்டது.

> #BoycottMyntra வெறும் ஜனநாயகத்தின் பெயரால் இந்துமதத்தை நீங்கள் இதேபோல் கிண்டல் செய்துகொண்டிருந்தால் அதற்கு கொடுக்க வேண்டிய விலை இதுவாகத்தான் இருக்கும்!!

'நாற்பது ரூபாய் டிவீட்டுகள்'

பிஜேபி-க்கு எதிரான கட்சிகளைத் தாக்கும்படியாக டிவீட் செய்யவும், ஹேஷ்டேகை டிரெண்ட் செய்யவும் இப்போது பணம் தரும் ஏஜென்சிகளும் இருக்கின்றன. அர்விந்த் கெஜ்ரிவாலுக்கு எதிராக டிவீட் செய்ய ஏழு டிவீட்டுகளுக்கு நாற்பது ரூபாய் என்ற அளவில் பணம் தரும் ஒரு ஏஜென்சியிடம் இருந்து இதுபோன்றதொரு மெமோ எனக்கு எப்படியோ வந்து சேர்ந்தது - ஆனாலும் யார் பணம் தருகிறார்கள் என்பது மட்டும் தெரியவில்லை.

அந்த ஆவணம் இங்கே தரப்பட்டுள்ளது.

அனுப்புநர்: Pari C twcampaigns@gmail.com <mailto:twcampaigns@gmail.com>

தேதி: வியா, செப் 8, 2016, காலை 11:20

பொருள்: #KejriKeHeere செயல்பாடு

பெறுநர்:

வணக்கம் நண்பர்களே,

சரியாக காலை 11:30-க்கு நேரலையாகும் இன்றைய செயல்பாட்டிற்கு நீங்கள் தேர்ந்தெடுக்கப்பட்டிருக்கிறீர்கள்.

குறிப்பு:

இது ஏஏபி கட்சியின் ஊழல் அமைச்சர்களுக்கு எதிரான போராட்டம்

தயவுசெய்து நேர அட்டவணையை பின்பற்றவும் (நேரத்தை கவனத்தில் எடுத்துக்கொள்ளவும் - எல்லா டிவீட்டுகளும் ஒரே நேரத்தில் செய்யப்படக் கூடாது)

காலை 11:30 முதல் 11:45 வரை - 5 டிவீட்டுகள்

மதியம் 12:00 முதல் 12:30 வரை - 2 டிவீட்டுகள்

ஹேஷ்டேக் - #KejriKeHeere *(ஒவ்வொரு டிவீட்டிற்கும்)*

நோக்கம் - டிரெண்டிங்

கட்டணம் - 40 ரூபாய்

மொத்த டிவீட்டுகள் - 7

மாதிரி டிவீட்டுகள். நீங்கள் அப்படியே காப்பியடித்தாலும்கூட சற்றே மேம்படுத்திடுங்கள்:)

பெரும்பான்மையான கிரிமினல் தலைவர்களைக் கொண்டிருக்கும் நாட்டின் முதன்மையான கட்சியாக ஏஏபி இருக்கிறது #KejriKeHeere

பாலியல் துன்புறுத்தல், ஏமாற்றுதல் மற்றும் பித்தலாட்டம் உள்ளிட்ட தீவிர குற்றச்சாட்டுகளுக்கு உள்ளான இரண்டு எம்எல்ஏ-க்கள் கைது #KejriKeHeere

பெண்களின் பாதுகாப்புதன் அமல்படுத்தவேண்டிய முதல் விஷயம், ஆனால் ஏகே-வுக்கு கொஞ்சம்தான் அக்கறை என்று நினைக்கிறேன் #KejriKeHeere

உங்களுடைய உணர்வுகளையும் துன்பத்தையும் அனுகூலமாக எடுத்துக்கொள்ள தயாராக உள்ளவர்கள்தான் ஏஏபி-ல் இருக்கிறார்கள் #KejriKeHeere

#KejriKeHeere என்ன செய்கிறார்?

#KejriKeHeere அரசாங்கத்தை இப்படித்தானா நடத்துவது?

#KejriKeHeere ஒரு பெரும் கேள்விக்குட்பட்டவர்!

எங்கு பார்த்தாலும் நான் #KejriKeHeere என்று கேள்விப்படுகிறேன். உண்மைதான் என்ன?

#KejriKeHeere மீடியா முழுக்க நிறைந்திருக்கிறார். உண்மைதான் என்ன?

பெண்களை மதிக்கத் தெரிந்தவராவது நமக்கு வேண்டும்! #KejriKeHeereக்கு அது இல்லை என்பது வருத்தமளிக்கிறது!

#KejriKeHeere எங்கு பார்த்தாலும் அவர்கள் கதைதான். உண்மையில் என்னதான் நடக்கிறது?

உண்மையான #KejriKeHeere எங்கே

பெண் காவலர்கள் ஏதும் இல்லாத பின்னிரவில் சோம்நாத் பாரதி ஆப்பிரிக்கப் பெண்களைக் குறிவைக்க ஏன் அனுமதிக்கக் கூடாது? #KejriKeHeere @htTweets

டெல்லியில் ஊழலே இல்லை என்று கெஜ்ரிவால் சொல்லிக்கொண்டே அவரும் அவரும் அவருடைய அமைச்சரும் 1 கோடி ரூபாய் மதிப்பிலான தேநீர் உறிஞ்சி சமோஸா சாப்பிடுகின்றனர்#KejriKeHeere

பஞ்சாபின் சூழ்நிலையையே ஏஏபி சீரழிக்க விரும்புகிறது#KejriKeHeere

இந்த நாட்டிலேயே தனக்கான கேக்கைப் பெற்று உண்ணக்கூடிய ஒரே தலைவர் அர்விந்த் கெஜ்ரிவால் மட்டுமே#KejriKeHeere

நரேஷ் யாதவ் கைது செய்யப்பட்டிருப்பது ஏஏபி தேசவிரோத சக்திகளின் கட்டுப்பாட்டில் இயங்குவதைக் காட்டுகிறது #KejriKeHeere @thetribunechd

கெஜ்ரிவால் ஊழலை முடிவுக்கு கொண்டுவருவதாக வாக்குறுதி கொடுத்திருக்கிறார் ஆனால் தன்னுடைய கட்சியில் இருந்து அல்ல. #KejriKeHeere @ArvindKejriwal @ AamAadmiParty @ndtv

டெல்லி மக்களாகிய நாங்கள் வாக்களித்த கெஜ்ரிவால் அரசாங்கத்தின் கண்ணியமும் நேர்மையும் எங்கே? #KejriKeHeere@ArvindKejriwal

@AamAadmiParty போலி பட்டச் சான்றிதழ், பாலியல் துன்புறுத்தல், மனைவியை அடிப்பவர், பாலியல் விவகாரம், பலாத்காரம் செய்பவர்கள் #KejriKeHeere

@ AamAadmiParty-இல் ஊழல் தலைவர்களை ஏன் சேர்க்கிறீர்கள் @Ar vindKejriwal @ JagbaniOnline #KejriKeHeere

மறுடிவீட் மற்றும் விருப்பக்குறிகளும், இரவு 12:30-க்கு பிந்தைய டிவீட்களும் கணக்கில் எடுத்துக்கொள்ளப்பட மாட்டாது.

இன்றில் இருந்து 30 நாட்களுக்குள் பணம் அனுப்பி வைக்கப்படும்!

நன்றி.

வாழ்த்துகளுடன்,

Pari C (@D_KohlEyedChic)

TWCampaigns.com ஹைதராபாத்தில் பதிவு செய்யப்பட்ட ஒரு டொமைன், ஆனால் அப்படி ஒரு வலைத்தளமே கிடையாது. Pari C (@D_KohlEyedChic) தன்னை ஒரு டிஜிட்டல் இன்ஃபுளுயன்ஸர் மற்றும் பிளாக் எழுதுநர் என்று குறிப்பிட்டுக் கொள்கிறார். அவர் பல்வேறு வணிகக்குறிகள் குறித்து பிளாக் எழுதவும், டிவீட்டவும் செய்கிறார். #bhaktssellforRs40 என்ற ஹேஷ்டேக் உருவாக்கி ஏஏபி கட்சி கெஜ்ரிவாலுக்கு எதிரான டிவீட்களுக்கு பதிலடி கொடுத்தது.

அரசாங்கத்தில் பிஜேபி சமூக ஊடகப் பணியாளர்கள்?

பிஜேபி சமூக ஊடகப் பிரிவின் சில உறுப்பினர்கள் இந்திய அரசாங்கத்திற்குள் பணியாற்றலாம் அல்லது ஒப்பந்தங்களைப் பெற முயற்சிக்கலாம் என்பதற்கான அறிகுறிகள் தென்படுகின்றன.

பிஜேபி-யின் சமூக ஊடகத்தில் செயல்படுவதாகவும், பிரதமர் மோடியால் பின்தொடரப்படுவதாகவும் - அதாவது பிஜேபி சமூக ஊடகப் பிரிவின் உறுப்பினர்கள் என்று - சொல்லிக்கொண்டு பெண்கள் மற்றும் குழந்தைகள் மேம்பாட்டு அமைச்சர் மேனகா காந்தியை ஒரு குழு அணுகியிருக்கிறது. அவருடைய அமைச்சகத்தின் புதிதாக உருவாக்கப்பட்டுள்ள சமூக ஊடகக் கணக்கை நடத்துவதற்கான ஒப்பந்தத்தை தங்களுக்குத் தருமாறு அவர்கள் காந்தியை கேட்டிருக்கின்றனர்.

வழக்கமான டெண்டர் விடும் நடைமுறையே பின்பற்றப்படும் என அமைச்சர் கூறியிருக்கிறார். வெளிப்படையான ஏலம் கேட்கும் நிகழ்முறையைத் தொடர்ந்து, குறைவான ஏலதாரராக பர்ஃபெக்ட் ரிலேஷன்ஸ் என்ற மக்கள் தொடர்புகள் தொழில்முறையாளர் டாக்டர் செரியனின் நிறுவனம் அந்த ஒப்பந்தத்தைப் பெற்றது. சமூக ஊடகத்தில் ஒரு பெரும் கூக்குரலே எழுந்தது. இதற்கு போகிறபோக்கில் சதித்திட்டம் தீட்டப்படுவதாக வதந்தி கிளப்பும் ஹேஷ்டேக்குகள் உருவாக்கப்பட்டு பரப்பிவிடப்பட்டன. காந்தி அந்த ஒப்பந்தத்தை நீக்க நிர்பந்திக்கப்பட்டார்.

நான் செரியனிடம் இதுகுறித்து கேட்டேன். அவர் மிகுந்த கவனத்துடன் கூறினார், ‘பொது மற்றும் தனியார் துறையில் பெரிய ஒப்பந்தங்களைப் பெறுதல் என்று வரும்போது நல்ல விலையில் சிறந்த மதிப்பை வழங்குவதில்தான் நாங்கள் நம்பிக்கை

கொண்டுள்ளோம். சிறிய ஒப்பந்தங்களுக்குக்கூட நாங்கள் அதே கொள்கையைத்தான் பின்பற்றுகிறோம், எங்களுடைய முயற்சிகள் எப்போதும் முதல் நிலையிலானதாகவே இருக்கும். சிலவற்றை பெறுவோம், சிலவற்றை இழப்போம்.'

செரியன் நிறுவனத்தின் ஒப்பந்தம் ரத்து செய்யப்பட்டுவிட்டாலும்கூட Vande Matram என்ற அநாமயதேய டிவிட்டர் கணக்கு @UnsubtleDesi-யில் டிவீட் செய்யப்பட்டு அது மோடியால் பின்தொடரப்பட்டிருக்கிறது, 2016 ஆகஸ்ட் 26 அன்று அது டிவீட் செய்திருப்பது:

> Dynasty hack from your party who hired Cherian @BJPIndia thnks [sic] journos on Twitter for whatsapp wishes. R u stupid not to see why she's pulling?

இந்த வருடம் ஆரம்பத்தில் பொதுவெளிக்கு வந்த மற்றொரு உதவியாளர் மனிதவள மேம்பாட்டுத்துறை அமைச்சர் ஸ்மிருதி இரானியிடம் வேலை செய்த ஷில்பி திவாரி ஆவார். அடிப்படை தகுதிகள் ஏதும் இல்லை என்றபோதும் தன்னுடைய அமைச்சகத்தால் சமூக ஊடக நிபுணர் பதவியில் 'ஆலோசகராக' திவாரி நியமிக்கப்பட வேண்டும் என்று இரானியிடம் கேட்டுக்கொள்ளப்பட்டது. டெல்லி அரசாங்கத்தால் நியமிக்கப்பட்ட ஆணையத்தின் ஆய்வறிக்கையின்படி மாணவர் தலைவர் கண்ணையா குமார் ஏறக்குறைய ஒரு மாத காலம் திகார் சிறையில் அடைக்கப்படுவதற்கு காரணமான வீடியோக்களை திரித்துக் கொடுத்ததற்கு பின்னணியில் இருந்தவர் என்று திவாரி குற்றம்சாட்டப்பட்டார். திவாரிதான் கண்ணையா வீடியோவை 'திரித்து' டிவிட்டரில் சுற்றுக்கு விட்டவர் என்பதுடன் பின்னர் அந்த வீடியோவை பகிர்ந்துகொண்ட கணக்கையும் இடைநீக்கம் செய்விட்டார். ஒரு சிறிய இடைவெளிக்குப் பின் திரும்பிவந்த அவர் எல்லாக் குற்றச்சாட்டுகளையும் மறுத்தார். அவர் தற்போது தன்னை ஒரு 'முன்னாள் பிஜேபி தன்னார்வலர்' என்று குறிப்பிட்டுக்கொள்கிறார்.

அலட்சியப் பேச்சு

கடந்த வருடத்தில் அரசாங்கத்தின் அதிகாரப்பூர்வ சமூக ஊடக தகவல்தொடர்புகளில் சில பிரச்சினைக்குரியதாக, பிஜேபியின் சமூக

ஊடகப் பிரிவின் உத்திகளை பிரதிபலிப்பவையாக இருந்திருக்கின்றன - படங்களை போட்டோஷாப் செய்வது, தவறான குற்றச்சாட்டுகளை கூறுவது மற்றும் வெறுப்புச் செய்திகளை டிவீட் செய்வது.

பில்லினரான டாக்டர் மகேஷ் ஷர்மாவால் வழிநடத்தப்படும் கலாச்சார அமைச்சகம் ஒரு சுதந்திர தின வீடியோவில் இந்தியக் கொடியை பாகிஸ்தான் ஜெட்டில் போட்டோஷாப் செய்திருந்தது.

கலாச்சார அமைச்சகத்தின் சரிபார்க்கப்பட்ட டிவிட்டர் நிர்வகிப்பு இந்த வீடியோவை 2016 ஆகஸ்ட் 12 அன்று வெளியிட்டது. '70 வருட சுதந்திரம்' என்று தலைப்பிடப்பட்ட அது இரண்டு ஜேஎஃப்-17 தண்டர் விமானங்கள் மோசமான முறையில் போட்டோஷாப் செய்யப்பட்ட இந்தியக் கொடிகளை கொண்டிருந்தபடி பறப்பதாக காட்டப்பட்டிருந்தது.

இதில் நகைமுரண் என்னவென்றால், சீன விமானப் படையின் எஃப்சி-1 ஷியாலாங் (மூர்க்கமான டிராகன்) என்று பிரபலமடைந்திருந்த பாகிஸ்தான் விமானப்படையின் அந்த ஜேஎஃப்-17 தண்டர் விமானமானது, பாகிஸ்தான் ஏரோநாட்டிகல் காம்ப்ளக்ஸ் மற்றும் சீனாவின் செங்டு ஏர்கிராப்ட் கார்ப்பரேஷன் ஆகியவை கூட்டாக இணைந்து உருவாக்கிய பற்பயன்கொண்ட போர் விமானம் ஆகும். கலாச்சாரத் துறையின் அந்த வீடியோவானது இந்திய தேசிய நினைவுச்சின்னங்கள் துறைக்காக 'கட்டுமான பயன்பாடுகளுக்கான ஆன்லைன் அமைப்பை மேம்படுத்துவதற்கென்று' உருவாக்கப்பட்டதாகும். நினைவுச்சின்னங்களை பாதுகாப்பதென்பது அந்த அமைச்சகத்தின் கடமைகளுள் ஒரு பகுதி, ஆன்லைன் அமைப்பு என்பது அதை விரிவுபடுத்துவதற்கானது.

சீனாவின் அதிகாரப்பூர்வ செய்தி நிறுவனமான ஷின்சுவாகூட இந்தியாவின் சரிபார்க்கப்பட்ட டிவிட்டர் நிர்வகிப்பினால் இந்தியாவை விளாசித் தள்ளிவிட்டது. அது இரண்டு படங்களையும் பதிவிட்டு பின்வருமாறு டிவீட் செய்திருந்தது: 'ஒரு முட்டாள்தனமான பிழையினால் இந்தியா தனது 70-வது சுதந்திர தினத்தைக் குறிக்கும் விதமாக உருவாக்கிய வீடியோவில் பாகிஸ்தான் போர் விமானங்களை பயன்படுத்தியிருக்கிறது.' டிவிட்டரில் ஒரு சம்பிரதாயமான கூச்சலுக்குப் பின்னர், எந்தவித

விளக்கமும் சொல்லாமல் அந்த அமைச்சகம் அந்த வீடியோவை சாதாரணமாக நீக்கியிருந்தது.

இந்தியாவின் முக்கிய தகவல்தொடர்புத்துறைப் பிரிவாகிய பத்திரிக்கை தகவல் துறை (PIB) பிரதமர் மோடியின் படங்களை போட்டோஷாப் செய்த மற்றொரு அமைப்பு. பிஐபி-ஆல் வெளியிடப்படும் எல்லாப் படங்களுமே பிரதமரின் அதிகாரப்பூர்வப் படங்களாக கருதப்படுகின்றன. ஒரு மறக்கமுடியாத படத்தில் பிரதமர் மோடி வெள்ளத்தால் பாதிக்கப்பட்ட சென்னையை ஹெலிகாப்டரில் சுற்றிப்பார்த்து ஆய்வு செய்தார் எனக் காட்டப்பட்டது. பிஐபி அந்தக் காட்சியை ஹெலிகாப்டரின் ஜன்னலில் இருந்து அந்தக் காட்சியை போட்டோஷாப் செய்துவிட்டது என்ற ஒரு சின்னஞ் சிறு உண்மையைத் தவிர்த்து அது நன்றாகவே காட்டப்பட்டிருந்தது எனலாம். இதையடுத்து ஒரு பெரும் சலசலப்பு எழுந்தது, தாம் 'அந்தப் படங்களை போட்டோஷாப் செய்யவில்லை, ஆனால் அவற்றை ஒன்றுசேர்க்கவே செய்தோம்' என்ற ஒரு தெளிவற்ற விளக்கத்தை தந்தது பிஐபி.

செங்கோட்டையின் அரண்களில் இருந்து 2016 சுதந்திர தின விழாவின்போதைய பிரதமரின் பேச்சில் உத்திரப் பிரதேசத்தில் உள்ள ஒரு கிராமத்திற்கு மின்சாரம் வழங்கியது பற்றிய ஒரு பொய்யும் அடங்கியிருந்தது. அந்த கிராமம் நக்லா ஃபதெலா என்றும், இறுதியாக அந்த கிராமத்திற்கு எழுபது வருடங்களுக்குப் பின்னர் மின்சாரம் கிடைத்திருப்பதாகவும் கூறிய அவர் மேற்கொண்டு குறிப்பிடுகையில், 'நக்லா ஃபதெலா டெல்லியில் இருந்து வெறும் மூன்றுமணிநேர தூரத்தில்தான் இருக்கிறது, ஆனால் அதற்கு மின்சாரம் தர டெல்லிக்கு எழுபது வருடங்கள் ஆகியிருக்கிறது' என்றார்.

மின்சாரத்துறை அமைச்சர் பியூஷ் கோயல், நக்லா ஃபதெலா கிராமத்தினர் பிரதமர் பேசுவதைக் கேட்டுக்கொண்டிருப்பதைப் போன்ற படங்களை டிவீட் செய்தார். இந்தக் கூற்றை உடனடியாக மறுத்த கிராமப் பஞ்சாயத்தினர் அந்தப் படங்கள் தங்களுடைய கிராமத்தை சேர்ந்தவை அல்ல என்றும், தங்களுக்கு மின்சார வசதி கிடையாது என்றும் கூறினர். பிரதமர் அலுவலகத்தின் அதிகாரப்பூர்வ நிர்வகிப்பும் அந்தப் பேச்சை டிவீட் செய்திருந்தது. இந்த

விவகாரத்திற்குப் பின்னர் அரசாங்கம் அந்தப் புகைப்படங்களையும் டிவீட்டுகளையும் நீக்கிவிட்டது.

நக்லா ஃபதெலா கிராமத்தைப் பற்றி பிரதமர் மோடி குறிப்பிட்டதற்கான எதிர்வினை

இவை உள்நோக்கத்துடனும், கவனத்துடனும் சொல்லப்பட்ட பொய்களாக இல்லாதிருக்கலாம்; உண்மையில் அவை அலட்சியமான பிழைகளின் விளைவாக இருக்கவே பெரும் சாத்தியமிருக்கிறது. அரசாங்கத்தின் அலட்சியப்போக்கிற்கு மிகப்பெரிய உள்ளநோக்கங்கள் இருக்கின்றன. தன்னுடைய பணியின் தவறான பிம்பங்களை இந்திய அரசாங்கம் பரப்புகிறது என்றால் அதற்கு என்ன அர்த்தம்? முறையற்ற வார்த்தைகளும்கூட அரசாங்கம் மற்றும் அதனுடைய கூட்டு அமைப்புகளின் சரிபார்க்கப்பட்ட, அதிகாரப்பூர்வ நிர்வகிப்புகளில் காணப்படுகின்றன.

@startupIndia என்பது வணிகம் மற்றும் தொழில்துறை அமைச்சகத்தின் சரிபார்க்கப்பட்டு நீலக்குறியிடப்பட்ட அதிகாரப்பூர்வ நிர்வகிப்பு. சமீபத்தில், 'presstitutes-கள் எல்லோரையும் கொல்ல ராணுவம் வேண்டும் என்போர் யார்' என்ற அநாமதேய ட்ராலை அது மறுடிவீட் செய்திருந்தது. இதுகுறித்து முதலில் அர்விந்த் குப்தாவிடம் சுட்டிக்காட்டப்பட்டபோது அந்த 'டிவீட்டுகள் போட்டோஷாப் செய்யப்பட்டவை' என்றார். இருந்தாலும், பரவலான எதிர்ப்புக்குப் பின்னர் அந்த டீவீட்டுகள் அழிக்கப்பட்டு அந்த நிர்வகிப்பிடம் இருந்து மன்னிப்பும் கேட்கப்பட்டது. வணிகம் மற்றும் தொழில்துறைக்கான யூனியன் அமைச்சர் நிர்மலா சீதாராமனும் அந்த 'ஊழியர் பதவிநீக்கம் செய்யப்பட்டார்' என்று கூறினார்.

இந்திய அரசாங்கத்தின் உயர்மட்ட டிஜிட்டல் இந்தியா திட்டத்தின் ஒரு சரிபார்க்கப்பட்ட நிர்வகிப்பு 2016, செப்டம்பர் 8 அன்று ஒரு கவிதையை டிவீட் செய்துள்ளது, அந்தக் கவிதை காஷ்மீரிகளை கூட்டுப் படுகொலை செய்வது 'தேசபக்தியின் உச்சம்' என்று குறிப்பிடுகிறது. இது மக்கள் வரியில் இருந்து நிதியளிக்கப்படும் ஒரு இந்திய அரசாங்கத்தின் நிர்வகிப்பு. அந்தக் கவிதை மேலும் குறிப்பிடுகையில்,

'ராணுவமே, உங்களுக்கு வேண்டியமட்டும் அவர்களை நசுக்குங்கள், அவர்களுடைய எலும்புகளை நொறுக்குங்கள்: மெஹ்பூபா காவல்துறையை அழைத்தால்: அதை மோடி பார்த்துக்கொள்வார்' என்கிறது. எது விரைவாக நடக்குமோ அதுவே நடந்தது, வழக்கமான எதிர்ப்புக்குரலைத் தொடர்ந்து அந்த டிவீட் நீக்கப்பட்டது. அதிகாரப்பூர்வ டிவிட்டர் கணக்கை நிர்வகிக்க

தாங்கள் டிரைவோன் என்ற டிஜிட்டல் மார்க்கெட் நிறுவனத்தை அமர்த்தியிருப்பதாக தொலைபேசித்துறை சாதாரணமாக கூறியது.

Startup India Retweeted
Sir Ravindra Jadeja @SirJadejaaaa
1h
Indian Army Should Be Freed For 1 Day To Take Care Of These Pro Pak #Presstitutes To Make These #ProPakDovesSilent For Eternity.
RT If Agree
179
181
Startup India Retweeted
Ganeshan @ganeshan_iyer
1h
Rakhi Sawant is more useful to this nation than Meera Sood .
RT if you agree
#ProPakDovesSilent
15
12
Home
Notifications
Messages
Me

பத்திரிக்கையாளர்களுக்கு மிரட்டல் விடுக்கும் ஒரு அநாமதேய ட்ராலை மறுடிவீட் செய்திருக்கும் ஒரு சரிபார்க்கப்பட்ட இந்திய அரசாங்க நிர்வகிப்பு

2016 செப்டம்பர் முதல் வாரத்தில், ராகுல் காந்தியைப் பற்றி டிவீட் செய்திருந்த அனைத்திந்திய வானொலியின் அதிகாரப்பூர்வ நிர்வகிப்பு பின்வருமாறு கேட்டிருக்கிறது,

முன்பு ஏன் அவர் பயந்தார்? பின்பு எப்படி

#RSSஐ அவமதிக்க துணிந்தார்..அவர்

கருத்துகளுக்கு பதிலளிக்க பதிலளிக்க வேண்டும்#RahulRattlesRSS

மகாத்மா காந்தியை ஆர்எஸ்எஸ்-தான் கொன்றது என காந்தி கூறியிருந்தார். அதற்காக ஆர்எஸ்எஸ் அவர் மீது அவதூறு வழக்கு பதிவு செய்திருந்தது.

செப்டம்பர் 9 அன்று ரயில்வே அமைச்சகத்தின் சரிபார்க்கப்பட்ட நிர்வகிப்பு டெல்லி முதலமைச்சர் அரவிந்த் கெஜ்ரிவாலை ஒரு பொய்யன் என்று அழைத்த டிவீட்டை மறுடிவீட் செய்திருந்தது.

சிலநேரங்களில் இதற்கு வேடிக்கையான பக்கமும் இருக்கிறது. ஜவுளித்துறை அமைச்சரான இரானி கைத்தறிகளை மேம்படுத்துவதற்காக #Iwearhandlooms என்ற ஹேஷ்டேக்கை ஆரம்பித்திருந்தார், அந்த பிரச்சாரத்தை தானே கைத்தறி புடவை அணிந்திருப்பதைப் போல் அமைத்திருந்தார். துரதிஷ்டவசமாக அந்த சரிபார்க்கப்பட்ட அதிகாரப்பூர்வ நிர்வகிப்பு ஒரு ரோபாட்டால் நிர்வகிப்பதுபோல் தெரிகிறது. அதனால் யார் ஒருவர் கைத்தறிகளை அணிந்திருப்பதாக படத்தை பதிவிட்டாலும் எதையும் சிந்திக்காமல் அந்த ரோபாட் பரிசளித்தது. இதையடுத்து, பாபா ராம்தேவ் மற்றும் பிரதமர் மோடிகூட புடவை அணிந்திருப்பதுபோன்ற பரிசை அந்த ரோபாட் கொடுத்ததை அடுத்து அந்த டிவிட்டர் பக்கமே நகைப்பிற்கிடமாகிப் போனது, அத்துடன் ரோபாட் கொடுத்த பரிசு வாசகமாக ‘உங்களுடைய #Iwearhandlooms தோற்றம் இந்தியாவில் உள்ள நெசவாளர் சமூகத்தை ஆதரிக்கும் வகையில் மென்மெலும் நீடிக்க வேண்டும்’ என்று குறிப்பிட்டிருந்தது.

முழுமையான பார்வை

நான் தொடர்ந்து வாதிட்டிருப்பதைப் போல், ட்ரால்களால் ஆன்லைன் வெறுப்பு உருவாக்கப்படும்போது உருவாகும் உண்மையான ஆபத்து ஆஃப்லைன் வன்முறைக்கும் காரணமாகிறது. மாணவர் தலைவர் கண்ணையாக குமாரின் விஷயத்தை மற்றுமொருமுறை பார்ப்போம். 2016 ஆரம்பத்தில் ஒரு ஜோடிக்கப்பட்ட வீடியோவின் காரணமாகத்தான் குமார் முதலில் சிறையிலடைக்கப்பட்டார். அவருடைய பிணைக்காக முறையீடு செய்த அவரும், மற்ற பத்திரிக்கையாளர்களும் பிஜேபியின் ஆதரவாளர்கள் என்று சொல்லப்படும் வழக்கறிஞர்களால் பாட்டியாலா மாளிகையில் வைத்து கொடூரமாக தாக்கப்பட்டார்கள். பாட்டியாலா மாளிகைக்கு வெளியிலும் சண்டை வெடித்தது.

முன்னரே குறிப்பிட்டதுபோல், அந்த வீடியோ மனிதவளத்துறை அமைச்சர் ஸ்மிருதி இரானியின் நெருங்கிய உதவியாளர் ஷில்பா திவாரியால் தயாரிக்கப்பட்டது என குற்றம்சாட்டப்பட்டது. இரானியின் அமேதி தொகுதி பிரச்சாரத்தில்கூட திவாரி உதவியாளராக இருந்திருக்கிறார். அன்றைய தாக்குதலில் ஈடுட்டவர்களில் ஒருவர் நிதியமைச்சர் அருண் ஜேட்லியின் நெருங்கிய கூட்டாளியான பிஜேபியின் டெல்லி எம்எல்ஏ ஓ.பி.ஷர்மாவும் ஒருவர். பாட்டியாலா மாளிகைக்கு வெளியே இந்தியாவுக்கு எதிராக கோஷமிட்ட ஒருவரைத்தான் தாக்கினேன் என்று ஷர்மா கூறிக்கொண்டார். அந்த நீதிமன்றத்தில் இருந்த பத்திரிக்கையாளர்கள் அடிபட்ட நபர் அருண் ஜேட்லிக்கு எதிரான கோஷங்களைத்தான் எழுப்பினார் என்று கூறுகின்றனர்.

ஷர்மாவும், சட்டத்தை மீறிய வழக்கறிஞர்களும் நாயகர்களைப் போல் கௌரவிக்கப்பட்டார்கள். ஷர்மா காவல்நிலையத்திற்கு பெயரளவிற்கு செல்வதற்கு முன்னர் அவர்கள் தொடர் பேட்டிகள் கொடுத்தனர். காவல்நிலையத்தில் ஷர்மாவுக்கு தேநீரும் பிஸ்கெட்டுகளும் வழங்கப்பட்டு அவர் போகலாம் என சொல்லப்பட்டது. ஹிந்து லீகல் பிரிவு தன்னுடைய நிர்வகிப்பில் பின்வருமாறு டிவீட் செய்திருந்தது:

> அஸ்ஃபல் ஆதரவு ஜேஎன்யூ மாணவர்களை பாட்டியாலா மாளிகைக்கு வெளியே வைத்து தாக்கிய இந்த வழக்கறிஞர் தேசியவாதிகளை ஆதரித்து வாழ்த்துகிறோம்.

ஆன்லைன் வெறுப்பு மற்றும் ஆஃப்லைன் வன்முறையின் சரியான இணைப்பு இதுதான். மோசமானது என்னவென்றால், ஜோடிக்கப்பட்ட வீடியோக்களால் குமார் கைதுசெய்யப்படுகிறார், ஜேஎன்யூ-வில் இந்தியாவிற்கு எதிராக கோஷமிட்டு கத்திய முகமூடி அணிந்தவர்களுக்கு எதிராக டெல்லி காவல்துறை எந்த நடவடிக்கையும் எடுக்கவில்லை. குமார் அவர்களில் ஒருவர் கிடையாது. டெல்லி காவல்துறை அந்தக் குழுவை அடையாளம் கண்டுவிட்டதாகவும், ஆனால் யாரையும் கைதுசெய்யவில்லை என்றும் காவல்துறை வட்டாரங்கள் கூறுகின்றன.

இந்த நிகழ்வுகளின்போது, #shutdownJNU என்பது டிவிட்டரில் டிரெண்டிங்காக இருந்தது. ஒரு பெரும் கேலிக்கூத்து என்னவென்றால், ராஜஸ்தான் மாநிலம் ராம்கர்கைச் சேர்ந்த பிஜேபி

எம்எல்ஏ கியான்தேவ் அஹூஜா, ஜேஎன்யூ-வின் குப்பையில் பயன்படுத்தப்பட்ட ஆணுறைகள் மற்றும் மதுபாட்டில்களை எண்ணிப் பார்த்ததாகவும், அதுவே இந்தப் பல்கலைக்கழகம் 'ஒழுக்கக்கேட்டிற்கும் கட்டற்ற காதலுக்குமான குகையாக' இருந்துவருவதைக் காட்டுகிறது என்றும் கூறியிருந்ததுதான்.

இதை மேலும் பெரிதுபடுத்தும் விதமாக, உள்துறை அமைச்சர் ராஜ்நாத் சிங், பாகிஸ்தான் தீவிரவாத தலைவர் ஹபீஸ் சயீதின் ஒரு நையாண்டி நிர்வகிப்பை தவறுதலாகச் சுட்டிக்காட்டி அவர் குமாரை ஆதரிப்பதாக குற்றம்சாட்ட பயன்படுத்தியுள்ளார்.

பத்திரிக்கையாளர்களுடன் பேசுகையில் ராஜ்நாத் சிங் கூறினார், 'ஜேஎன்யூ சம்பவம் லஷ்கர் தலைவர் ஹபீஸ் சயீதின் ஆதரவைப் பெற்றிருப்பது துரதிஷ்டவசமானது. ஜேஎன்யூ-வில் நடந்த சம்பவத்திற்கு லஷ்கர் தலைவர் ஹபீஸ் சயீத் ஆதரவளித்திருக்கும் யதார்த்த நிலையையும் இந்த தேசம் ஏற்றுக்கொள்ளத்தான் வேண்டியிருக்கிறது. இதுபோன்ற சம்பவங்களில் இருந்து யாரும் அரசியல் ஆதாயங்களை அடைய முயற்சித்துவிடக் கூடாது. குற்றவாளி என்று நிரூபிக்கப்பட்டவருக்கு எதிராக கடுமையான நடவடிக்கை எடுக்கப்பட வேண்டும், அப்பாவிகள் துன்புறுத்தப்படக்கூடாது என்று நான் தெளிவான அறிவுறுத்தல் வழங்கியிருக்கிறேன்.'

நிஜமான சயீத் உடனடியாக எதிர்வினையாற்றினார்: 'என்னுடைய பெயரில் இருக்கும் போலிக் கணக்கின் அடிப்படையில் என்னை #JNU போராட்டத்திற்காக குற்றம்சாட்டியிருப்பதே இந்திய அரசாங்கம் தன்னுடைய சொந்த மக்களை எவ்வாறு முட்டாளாக்குகிறது என்பதற்கு மிகச்சிறந்த உதாரணம்.' இது 2016, பிப்ரவரி 14 அன்று @HafizSaeedLive என்ற நிர்வகிப்பில் இருந்து டிவீட் செய்யப்பட்டிருக்கிறது.

சிங் செல்போன்கள் வைத்துக்கொள்வதில்லை. அவருடைய டிவிட்டர் கணக்கை உள்துறை அமைச்சகம்தான் நிர்வகிக்கிறது. இந்த அவமானம் போதாதென்று அந்த அமைச்சகம் டிவிட்டரில் ஜேஎன்யூவை குறிவைக்கும் சமிக்ஞையாக வெறிபிடித்த வலதுசாரி பிரிவினால் பின்வருமாறு அறிக்கை வெளியிட்டு பதில் கூறியிருந்தது: 'இந்தியாவுக்கு எதிராக கோஷமிடும் யாரும் விட்டுவைக்கப்பட மாட்டார்கள்.'

Tweets   Media   Likes

Hafeez Muhamad Saeed @Ha... 20h
We proudly invite all JNU Students to Pakistan & request them to continue their Pro-Kashmiri, Anti-Indian Propaganda in our Universities.

↩   ⇄ 4   ♥ 2

Hafeez Muhamad Saeed @Ha... 20h
Those JNU students of Delhi who are facing problem in India should come to Pakistan & continue your study here in Punjab Uni with Dignity.

↩   ⇄ 8   ♥ 4

Hafeez Muhamad Saeed @Haf... 1d
We request our Pakistani Brothers to trend #SupportJNU for our pro-Pakistani JNUites brothers. #PakStandWithJNU

ஹபீஸ் சயீதின் போலி நிர்வகிப்பைச் சேர்ந்த டிவீட்கள்

Delhi Police ✓
@DelhiPolice

ALERT!
@MumbaiPolice @KolkataPolice @hydcitypolice @CPBlr @CPMumbaiPolice @TelanganaDGP @BlrCityPolice @ANI_news

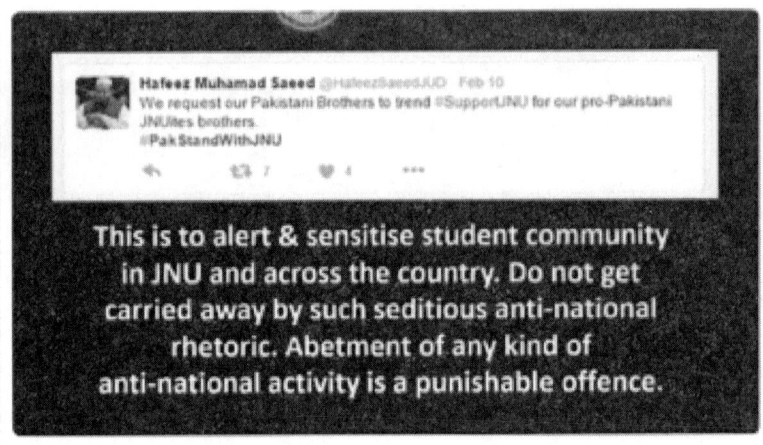

3:23 AM - 12 Feb 2016

4,830 RETWEETS **1,657** LIKES

டெல்லி காவல்துறையின் டிவிட்டர் நிர்வகிப்பைச் சேர்ந்த டிவீட்

NDTV

ALL INDIA

LAHORE: Hafiz Saeed, the mastermind of the 26/11 Mumbai terror attack, has rejected claims by Home Minister Rajnath Singh that he had supported the controversial event at Delhi's Jawaharlal Nehru University in memory of Parliament attack convict Afzal Guru.

"The India home minister has alleged that I am behind the protest of Kashmiri students in Jawaharlal Nehru University where they chanted slogans in favour of Pakistan. He also talked my tweet in this regard. I felt strange after learning the Indian home minister had given a reference of a tweet with my name," Hafiz Saeed said in a video message posted on YouTube on Monday.

"Neither I am behind the students protest nor I did any tweet to incite them (students). It is a fake tweet. India has made an issue out of this as if I am behind this protest campaign," said Hafiz Saeed, who tops the list of India's most-wanted terrorists.

"The Indian minister is misleading his own people and the world by levelling allegation on me that I am behind this protest campaign," he added.

On Sunday, the Home Minister linked the founder of terror group Lashkar-e-Taiba to the student demonstrations that saw anti-India slogans being shouted at an on-campus event that went ahead despite JNU denying it permission. "The incident at JNU has received support from Hafiz Saeed. This is a truth that the nation needs to understand," Mr Singh had said.

Mr Singh's remarks generated a fierce backlash. Hours later, the Home Ministry issued a clarification that the remarks were based on "inputs from different agencies".

The ministry clarification also followed reports that Mr Singh and the police were misled by a tweet purportedly from a Twitter handle in the name of Hafiz Saeed. On Sunday, Pakistani newspaper The Dawn reported the Hafiz Saeed handle was fake. Hafiz Saeed's Twitter handle was blocked a long time ago.

ஜேஎன்யூ சம்பவங்கள் குறித்து ஹபீஸ் சயீதின் விளக்கம்

5
வேர்களை நோக்கி: ஆர்எஸ்எஸ் தொடர்பு

நாம் நம்முடைய விசாரணையின் முடிவுக்கு வந்துவிட்டோமா என்ற மிகப்பெரிய கேள்வி கேட்கப்படலாம். சமூக ஊடக உலகின் இருண்ட பக்கத்தை பிஜேபி மிகவும் விரும்பி ஏற்றுக்கொள்ளச் செய்யும் அளவுக்கு அதன் டிஎன்ஏ-வைப் பற்றி குறிப்பிட்டுச் சொல்ல ஏதாவது இருக்கிறதா? நான் ஆமாம் என்பேன், அதற்கு இரண்டு சாத்தியமுள்ள காரணங்களையும் தருகிறேன்.

முதலாவதாக, தற்போதைய பிஜேபி சமூக ஊடகப் பிரிவின் வேர்கள் 2014 தேர்தல் பிரச்சாரத்தில் நிலைகொண்டுள்ளன, அதனுடைய தயாரிப்பு ஏற்பாடுகளோ அதற்கும் பல வருடங்களுக்கு முன்பே தொடங்கிவிட்டன. சாதவி கோஸ்லா சொன்னதுபோல், சமூக ஊடகப் பிரிவானது நிரந்தரமான போர்த்தயாரிப்பில் இருப்பது போன்றே தோன்றுகிறது, தேர்தல் பிரச்சாரம் முடிந்துவிட்டது என்பதை அது முற்றிலுமாக ஏற்றுக்கொள்ளவில்லை. முழுமையான கட்சி என்பது பற்றி பேசும்போது பிஜேபி அமைச்சர் நிதின் கட்கரி இதேபோன்றதொரு கருத்தைத்தான் கூறினார். ஒரு நிலையான பிரச்சார மனநிலையிலேயே இருத்தல் என்பது சமூக ஊடகப் பிரிவால் உருவாக்கப்படும் அருவருப்பை சற்றேனும் விளக்கக்கூடியதாக இருக்கலாம்.

சமூக ஊடகத்தைப் பயன்படுத்துவதில் பிஜேபியின் அசல் பயிற்சியாளரான ஆர்எஸ்எஸ் மற்றொரு காரணியாக இருக்கக்கூடும். இது தமிழ்நாட்டைச் சேர்ந்த ஒரு ஸ்வயம்சேவக்குகள் குழுவில் இருந்துதான் தோன்றியது. அவர்கள்தான் புத்தாயிரமாண்டில் சமூக ஊடகத்தின் ஆரம்ப காலத்தில் இருந்த டெக்கிகள் மற்றும் ஒருவருக்கொருவர் தகவல்தொடர்புகொள்ளும் வகையில் அதைப் பயன்படுத்தத் தொடங்கியவர்கள். அவர்கள் ஆர்எஸ்எஸ்-ன் பிரச்சாரகரும், ஆந்திரா பல்கலையைச் சேர்ந்த எலக்ட்ரிக்கல் என்ஜியனருமான ராம் மாதவால் வழிநடத்தப்பட்டார்கள். அவர் இப்போது பிஜேபியின் மிகுந்த அதிகாரமிக்க பொதுச் செயலாளர்களுள் ஒருவராகவும் பிஜேபி-க்கு களப்பணியாளராகவும் இருந்து வருகிறார்.

ஒவ்வொரு ஷாகாவாக சென்ற மாதவ் அது ஒரு சக்திவாய்ந்த தகவல்தொடர்பு சாதனம் என்றும், வெறுமனே ‘ஃபேஷன்’ பொருள் அல்ல என்றும் தயங்கிக்கொண்டிருந்த ஆர்எஸ்எஸ்-ஐ ஏற்றுக்கொள்ளச் செய்த பின்னர் அவர்களுக்கு பயிற்சியளிக்கவும் செய்தார். புனேவை மையமாகக் கொண்ட டெக்கிகளின் மத்தியக் குழுவைச் சேர்ந்த பெரும்பாலானவர்கள் இன்னமும் அங்கேதான் இருக்கிறார்கள். ஆனால் முக்கிய செயல்பாடுகள் இந்தியாவின் ஐடி தலைநகரமான பெங்களூருக்கு பரவிவிட, ஆர்எஸ்எஸ்-ன் ஐடி தேவைகள் அனைத்தும் இப்போதுவரை அங்கேதான் பூர்த்தி செய்யப்படுகின்றன. நான் மாதவுடனும் (நேர்காணல் கீழே தரப்பட்டுள்ளது) அந்தக் குழுவைச் சேர்ந்த ஒரு அசல் டெக்கியுடனும் பேசினேன்.

ஆர்எஸ்எஸ் தன்னுடைய வரலாற்றில் நான்குமுறை தடை செய்யப்பட்டிருக்கிறது. (1947-இல் பிரிட்டிஷ் இந்தியாவின் பஞ்சாப் மாகாணத்தில்; 1948-இல் மகாத்மா காந்தி படுகொலைக்குப் பின்னர்; 1975 மற்றும் 1977-க்கு இடைப்பட்ட அவசரநிலை காலகட்டத்தில்; மற்றும் 1992-இல் பாபர் மசூதி இடிக்கப்பட்டதற்கு பின்னர்). இவ்வகையில்தான் அந்த அமைப்பின் உருவாக்கத்திலேயே அடக்குமுறை மற்றும் பாதுகாப்பற்ற உணர்வு இயல்பாகவே ஓடிக்கொண்டிருக்கிறது; அதனுடைய கட்டமைப்பு ரகசியத்தன்மை நோக்கி செல்லக்கூடியது என்பதுடன் அது குழுப்பிரிவு அடிப்படையிலானது. ஆகவே, சமூக ஊடகத்தைக் கொண்டு நன்கு உருவாக்கப்பட்ட மற்றும் திறன்மிக்க வகையில் செயல்படுவது அதன் உள்ளிருந்தே உருவாகியிருப்பது மிகவும் இயல்பானதுதான். அத்துடன், இந்த அடக்குமுறை மற்றும் பாதுகாப்பற்ற உணர்வு பிஜேபியின் தற்போதைய சமூக ஊடக வியூகத்திலும் இருக்கிறது என்றுகூட வாதிடலாம்.

மூத்த பத்திரிக்கை ஆசிரியரும் முன்னாள் எம்பி-யுமான ஹெச்.கே.துவா ஒரு செய்தியாளராக மற்றும் டைம்ஸ் ஆஃப் இந்தியா, இந்தியன் எக்ஸ்பிரஸ் மற்றும் ஹிந்துஸ்தான் ஆகிய பத்திரிக்கைகளின் ஆசிரியராக இந்த சங்க பரிவாரத்தை ஏறக்குறைய நாற்பது வருடங்களாக கவனித்து வந்திருக்கிறார். அவர் என்னிடம் கூறினார், ‘சங்க பரிவாரத்தைப் பற்றிய ஒரு விஷயம் என்னவென்றால் அவர்கள் மிகச்சிறந்த வகையில் சூழ்நிலையோடு பொருந்திப் போய்விடுவார்கள் என்பதுதான். வதந்திப் பிரச்சாரங்கள்தான் அவர்களுடைய பலம்; அதில்

அவர்கள் கைதேர்ந்தவர்கள். எப்போதுமே அப்படித்தான். ஊடகம் வேண்டுமானால் மாறியிருக்கலாம், ஆனால் செய்தி மாறியிருக்கிறதா என்பது சந்தேகமே.'

ஆர்எஸ்எஸ்-ஐ சேர்ந்த இந்த டெக்கிகள் குழுதான் பிஜேபியின் பிரபலமான சமூக ஊடகப் பிரிவுக்கான புளூபிரிண்டை வரைந்தவர்கள் என்று என்னிடம் அங்கித் லால் கூறியிருக்கிறார். அந்தப் பயிற்சி இன்றளவும் தொடர்கிறது என்பதுடன் மாதவ் தொடர்ந்து ஐடி ஷாகாக்களுக்கு சென்றுகொண்டுதான் இருக்கிறார். ஏற்கனவே அச்சுறுத்தலான ஆர்எஸ்எஸ்-ன் களம் இருக்கையில் அதனோடு தொழில்நுட்பமும் சேர்ந்து கூடுதல் அனுகூலத்தை வழங்கியிருக்கிறது என்பதால் முன்னதாகவே வீழ்ந்துகொண்டிருந்த யுபிஏ-க்கு எதிரான பிரச்சாரப் போரில் பிஜேபி அதனுடைய விளிம்பிற்கே சென்றுவிட்டது.

சென்னையைச் சேர்ந்த அசல் ஆர்எஸ்எஸ் டெக்கிகளுள் ஒருவருடன் நான் பேசினேன். ஐம்பதுகளின் பிற்பகுதியில் இருந்த அவர் ஐஐடி கான்பூரில் கெமிக்கல் என்ஜினியரிங் படித்தவர், சரளமான ஹிந்தியில் பேசினார். அவர் மிகவும் மென்மையாக பேசக்கூடியவர், என்னுடன் பேசும்போது அவருடைய பெரிய கண்கள் மகிழ்ச்சியால் பளிச்சிட்டன. 'தொழில்நுட்பம் என்பது சிந்தாந்த நடுநிலை' என்றார் அவர். 'நான் சங்க பரிவாரத்தின் மதிப்பீடுகளில் நம்பிக்கை வைத்தேன், அதனால் நானாக முன்வந்து நேரம் ஒதுக்கி அவர்களுக்கு பயிற்சியளித்தேன். அந்தப் பயிற்சியைக் கொண்டு அவர்கள் என்ன செய்கிறார்கள் என்பதை நான் அவசியம் ஏற்றுக்கொண்டாக வேண்டும் என்பதில்லை. ஆனால், அதே அளவுக்கு மோசமான இடதுசாரி பிரச்சாரத்திற்கு எதிர்வினையாற்ற இதுதான் எங்கள் வழி.'

அர்விந்த குப்தாவைப் போல், இந்த நாட்டிலுள்ள மைய நீரோட்ட ஊடகமும், முக்கிய கல்வி நிறுவனங்களும் இடது மற்றும் அதன் கருத்துகளால் ஆக்கிரமிக்கப்பட்டிருக்கின்ற என்று இந்த சென்னை ஸ்வயம்சேவக்கும் மிக உறுதியாக கருதியிருக்கிறார். சமூக ஊடகத்தினூடாக மட்டுமே மக்களை அடைவதற்கான வழியை ஆர்எஸ்எஸ்-ஆல் கண்டுபிடிக்க முடிந்திருக்கிறது.

நேர்காணல்: ராம் மாதவ்

பிஜேபியின் மிகவும் சக்திவாய்ந்த பொதுச்செயலாளர்களுள் ராம் மாதவும் ஒருவர். மணிக்கட்டில் ஆப்பிள் வாட்ச் கட்டிக்கொண்டு, தன் மேசையில் இருந்த மிக மெல்லிய ஆப்பிள் கம்ப்யூட்டர் முன்பாக உட்கார்ந்தபடி தன்னுடைய புது டெல்லி ஸ்மார்ட் ஆஃபீஸில் அவர் என்னை சந்தித்தார். அசல் சென்னை புராஜக்டிற்கு அவர்தான் மூலகர்த்தா, ரகசிய ஐடி ஷாகாக்களை உருவாக்க வேண்டும் என்பது தன்னுடைய யோசனைதான் என்பதை அவர் என்னிடம் புன்னகைத்தபடியே ஒப்புக்கொண்டார். தகவல்தொடர்பை வடிகட்டுவதிலும் ஆதரவாளர்களை குறிவைப்பதிலும் ஒரு துல்லியமான வழியை இந்த சமூக ஊடகம் வழங்கும் என சங்க பரிவாரத்தை மாதவ் ஏற்றுக்கொள்ள வைத்தார். ஆரம்பத்தில், சமூக ஊடகத்தின் பயன்பாட்டை ஊக்குவிப்பதற்காக ஷாகாக்களில் பயிற்சிப்பட்டறைகள் நடத்தினார். மேலும், நரேந்திர மோடி ஆப் மற்றும் தகவல்தொடர்பை மேற்கொண்டு தெளிவுபடுத்துவதற்கு வாட்ஸ்அப்பை பயன்படுத்துதல் ஆகியவற்றிற்கு இவரே பொறுப்பாவார்.

சமூக ஊடகத்தின் திட்டமிட்ட பயன்பாட்டினுடைய அசல் கட்டமைப்பாளராக இது எப்படி நடந்தது என்று கூறுங்களேன்.

புதிய ஊடகத் தொழில்நுட்பமானது அமைப்புகளுக்கும், கட்சிகள் மற்றும் தலைவர்களுக்கும் தொகுதிகளை நேரடியாக இணைக்க உதவியுள்ளது உங்களுக்கு நினைவிருக்கலாம். நீங்கள் தொடர்புகொள்ள விரும்புகிறவர்களுடன் தொடர்புகொள்ள இப்போது எந்த இடைநிலை அமைப்பும் தேவையில்லை. அவர்களுடன் நேரடியாக தொடர்புகொள்வதற்கான வாய்ப்பை தொழில்நுட்பமே உங்களுக்கு வழங்கியிருக்கிறது. நாங்கள் இந்த தொழில்நுட்பத்தின் சக்தியை உணர்ந்திருக்கிறோம்.

இந்த சக்தியை எப்போது உணர்ந்துகொண்டீர்கள்?

இந்த விஷயங்கள் எல்லாம் வரத் தொடங்கியதில் இருந்தே உணர்ந்து கொண்டோம். ஆர்எஸ்எஸ் இதனை வெறுமனே ஒரு ஃபேஷனான விஷயமாக பார்க்கக் கூடாது என்று அந்த அமைப்புக்குள் வாதிட்டவர்களுள் நானும் ஒருவன். இன்று ஃபேஷனாக இருக்கின்ற

ஒரு விஷயம் நாளையே உங்களுடைய தினசரி வாழ்க்கையின் ஒரு பகுதியாகிவிடும். குளிர்சாதனப் பெட்டிகள் ஆடம்பரமானவையாக இருந்த ஒரு காலகட்டம் இருந்திருக்கிறது. இன்று எல்லா வீடுகளுமே அதைப் பயன்படுத்துகின்றன.

மையநீரோட்ட ஊடகத்தை விஞ்சுவதற்காகத்தான் நீங்கள் சமூக ஊடகத்தை பயன்படுத்துகிறீர்கள் என்பது போலிருக்கிறதே.

அது, நாங்கள் மையநீரோட்ட ஊடகத்தை விஞ்சுவதற்கு முயற்சி செய்கிறோம் என்றோ அல்லது அதன் முக்கியத்துவம் குறைவானது என்றோ யாரும் நினைத்துவிட வேண்டாம். மையநீரோட்ட ஊடகத்திற்கு அதற்கென்று உள்ள பங்கு இருக்கிறது, அதற்கேயுரித்தான தாக்கத்தை எந்த அரசியல் கட்சியாலும் அலட்சியப்படுத்திவிட முடியாது. அப்படிச் செய்தால் நாம் ஒரு பொய்த்தோற்றத்தில் வாழ்வதாகத்தான் அர்த்தம். ஆனால், இந்த புதிய மாற்றானது வெகுமக்களை நேரடியாக தொடர்புகொள்வதற்கான வாய்ப்பை எங்களுக்கு வழங்கியது என்பதையும் சொல்லித்தான் ஆகவேண்டும்.

மையநீரோட்ட ஊடகம் தங்களுக்கு எதிரானது என்றும், அதை எதிர்த்து நிற்கவே நீங்கள் சமூக ஊடகத்தை பயன்படுத்துகிறீர்கள் என்றும் ஆர்எஸ்எஸ் மற்றும் பிஜேபியில் ஏதேனும் உணர்விருக்கிறதா?

[நீண்ட மௌனம்] ஒருதலைபட்சங்கள் இருக்கத்தான் செய்கின்றன. அவை சமூகத்திலும் மையநீரோட்ட ஊடகத்திலும் பிரதிபலிப்பது சமூகத்தின் பிரதிபலிப்பே ஆகும். ஆனால், இன்று சமூக ஊடகத்தைப் பயன்படுத்துவதன் மூலம் நான் இலக்குவைத்த குழுவை எட்டியிருக்கிறேன் என்றே நினைக்கிறேன். நிறையபேர் இதை இன்னும் உணரக்கூட இல்லை. ஆனால் நாங்கள் இதை எங்களுடைய தேர்தல் பணிக்கென்று மெதுவாகத்தான் ஒருங்கிணைத்தோம். என்னுடைய கட்சியில் எங்களுக்கு நூறு மில்லியன் உறுப்பினர்கள் இருக்கிறார்கள். இந்தக் கட்சி உறுப்பினர்களில் எத்தனைபேர் பேஸ்புக் பயனர்களாக இருக்கிறார்கள் என்பதை வரைவதற்கான பயிற்சியை நாங்கள் இப்போது மேற்கொண்டிருக்கிறோம். எண்பது மில்லியன்பேர் பேஸ்புக் பயன்படுத்துகிறார்கள். என்னுடைய கார்யகர்த்தாவுடன் நேரடியாக தொடர்புகொள்ள நான் பேஸ்புக்கையே பயன்படுத்துகிறேன்.

ஆர்எஸ்எஸ் என்பது ஒரு பாரம்பரிய அமைப்பு, மாற்றத்தைக் குறித்து மிகுந்த எச்சரிக்கையும் எதிர்ப்புணர்வும் கொண்டது என்ற புரிதலே அதனிடம் நிலவுகிறது. அவர்களை ஒப்புக்கொள்ள வைக்க உங்களுக்கு நிறைய பிரயத்தனம் தேவைப்பட்டதா?

ஆரம்பத்தில், ஆர்எஸ்எஸ் போன்ற அமைப்புகளுக்கு சமூக ஊடகம் தேவையில்லை என்ற உணர்வே நிலவியது. ஆனால் பிறகு எங்களில் சிலர் நாம் இந்த தொழில்நுட்பத்தை பயன்படுத்த வேண்டும் என்பதை அமைப்பு ஏற்றுக்கொள்ளுமாறு செய்தோம். அது ஒரு பெரிய வசதி வாய்ப்பு என்பதையும்தான்.

ஆனால், உதாரணத்திற்கு, ஆர்எஸ்எஸ் தலைவர் டாக்டர் மோகன் பக்வத் சமூக ஊடகத்தைப் புரிந்துகொண்டாரா? அவர் டிவிட்டரிலோ பேஸ்புக்கிலோ இருக்கிறாரா? அவர் டைம்லைன் போன்றவற்றை புரிந்துகொள்கிறாரா?

தொழில்நுட்பத்தின் வழியாக அவர் தொடர்ச்சியாக இந்த ஊடகத்தின் உட்கருத்தை பின்தொடர்ந்துகொண்டுதான் இருக்கிறார். அதாவது, இதுபோன்ற விஷயங்களைப் பார்ப்பதற்கு அவர் தன்னுடைய ஐபாடை பயன்படுத்துகிறார். அநேகமாக, அவர் டிவிட்டரிலோ பேஸ்புக்கிலோ இருக்கமாட்டார். ஆனால் ஆர்எஸ்எஸ் இருக்கிறது.

ஆர்எஸ்எஸ்-க்கான புராஜக்ட் சோஷியல் மீடியா எப்போது தொடங்கியது?

காரியகர்த்தாக்களுக்காக 2000-ம் ஆண்டின் ஆரம்பத்தில் இருந்தே நாங்கள் திட்டங்களை செயல்படுத்த தொடங்கிவிட்டோம். புனேயில் மூன்று-நாள் பயிற்சிப்பட்டறை நடத்தியது எனக்கு நினைவிருக்கிறது. அந்த நாட்களில் புனே ஒரு தொழில்நுட்ப மையம். வலைத்தளங்களை நிர்வகிப்பதற்கான திட்டங்களை நாங்கள் நடத்தினோம். வலைத்தளங்கள் மிகப்பெரிய விஷயம்.

இப்போது பிரச்சினைக்கு வருவோம். பிஜேபி-க்கு ஒரு பெரிய சமூக ஊடகப் பிரிவு இருக்கிறது. நிறையபேர் - பத்திரிக்கையாளர்கள் மற்றும் சாமானிய மக்கள் - இந்தப் பிரிவுக்கு விசுவாசமாக இருக்கின்ற ட்ரால்களால் தாக்குதலுக்கு ஆளாவதாக நினைக்கிறார்கள், அத்துடன் பிஜேபி ஆகிய நீங்கள்தான் இத்தகைய தாக்குதல்களுக்கு வசதியேற்படுத்தித் தருவதாகவும் நினைக்கிறார்கள்.

பாருங்கள் [இந்த நேர்காணலின்போது முதல்முறையாக மிகுந்த பாதுகாப்புணர்வுடன் பிஜேபி ட்ரால்களை உற்சாகப்படுத்துகிறது என்று சொல்வது முழுக்கவே முட்டாள்தனமானது. நாங்களேகூட

ட்ராலுக்கு பலியாகியிருக்கிறோம். பாருங்கள், சமூக ஊடகத்தில் இருக்கும் மிக முக்கியமானவர்கள் சிலருக்கு இது ஒரு உலகளாவிய ஆபத்தாக இருக்கிறது. ஆனால் ஏதாவது ஒரு கட்சி அல்லது ஏதாவது ஒரு பிரிவை குற்றம்சாட்டுவதென்பது சரியல்ல. எல்லோருமே பாதிக்கப்படுகிறார்கள் என்றுதான் என்னால் சொல்ல முடியும். சிலநேரங்களில் பெண்கள் பலாத்கார மிரட்டல்களின் பெரும் பிரச்சினைகளை எதிர்கொள்கிறார்கள் என்பது எனக்கும் தெரியும். அப்படிப்பட்ட மோசமான விஷயங்கள் எழுதப்படுவதை நினைத்து நான் மிகவும் வருத்தப்படுகிறேன். சமூக ஊடகத்தில் நானும் மற்றவர்களுடன் சேர்ந்து இதை எதிர்த்துக் குரலெழுப்புகிறேன். ஆனால் தனிப்பட்ட தாக்குதல்கள் குறித்த விஷயத்தில் எனக்கென்று ஒரு வரம்பு வைத்திருக்கிறேன். வருத்தப்படக்கூடிய வகையில் பத்திரிக்கையாளர்களான உங்களுக்கு இது தொழில்சார்ந்த ஆபத்தாகியிருக்கிறது. எந்த ஊடகத்தில் தூற்றுதல் மிக அபரிமிதமாக இருக்கிறதோ அது சீக்கிரத்திலேயே மடிந்துபோகும் என்பதுதான் என்னுடைய சொந்தக் கருத்து.

பிஜேபியால் திட்டமிட்ட ட்ரால் எதுவும் மேற்கொள்ளப்படவில்லை என்று என்னிடம் சீரியஸாகவா சொல்கிறீர்கள்? நான் உள்ளிட்ட பல பத்திரிக்கையாளர்கள் பிரதமரால் பின்தொடரப்படுகின்ற நிர்வகிப்புகளால் தாக்குதலுக்கு உள்ளாகியிருக்கிறோம்.

ஒரு விஷயத்தை நாம் புரிந்துகொள்ள வேண்டும், கடுமையான விமர்சனங்கள் அனைத்துமே ட்ரால் செய்வதல்ல. ஒருவர் உங்களை கடுமையான வார்த்தைகளால் விமர்சிக்கிறார் என்றால் அவர் ஒரு ட்ரால் என்று அர்த்தமல்ல.

என்ன சொல்கிறீர்கள் ராம், பத்திரிக்கையாளர்களை 'presstitutes' என்று அழைக்கின்ற அமைச்சர் உங்களிடம்தானே இருக்கிறார். ஒரு பத்திரிக்கையாளராக நானும், மற்ற எல்லா பத்திரிக்கையாளர்களுமே மிகவும் துன்புறுத்தப்பட்டிருக்கிறோம். இந்திய அரசாங்கத்தில் உள்ள ஒரு அமைச்சர் மற்றும் ஒரு மூத்த கட்சித் தலைவர் இப்படித்தான் பேச வேண்டுமா?

[தடுமாறுகிறார்] 'presstitute' என்ற வார்த்தைக்கு துல்லியமான அர்த்தம் எதுவுமில்லை. அது அவதூறானது என்றால் நாம் எல்லோருமே அதை பயன்படுத்த வேண்டாம் என முடிவுசெய்துவிடுவோம். நான் அந்த வார்த்தையை ஆதரிக்கவில்லை. ஆனால் இவையெல்லாம் நீங்கள் எதிர்கொள்கின்ற தொழில்சார் ஆபத்துகளில் சிலதானே.

இது மிகவும் கனமான சொற்பதம் - அதை ஏன் பயன்படுத்துகிறீர்கள்?

சரி, நான் பயன்படுத்தவில்லை.

ஆனால் வேறு எந்தக் கட்சியும் - சமூக ஊடகத்தில் இருக்கின்ற காங்கிரஸோ அல்லது ஏஏபி-யோ - பிரபலமான பத்திரிக்கையாளர்கள் யாரையும் 'presstitute' என்று அழைப்பதில்லை, ஆனால் பிஜேபி மட்டும் ஏன் செய்கிறது? குறிப்பிட்ட வகையில் பிஜேபி மட்டும்தான். ஆகவே, பிஜேபி இதுகுறித்து என்ன சொல்கிறது?

அதைப்பற்றி நான் அதிகம் சொல்ல விரும்பவில்லை. நான் அதைப் பயன்படுத்தியதுமில்லை, பயன்படுத்தப்போவதும் இல்லை. அது கனமான சொற்பதம் என்று நீங்கள் சரியாகத்தான் சொல்லியிருக்கிறீர்கள், அதை நீங்கள் ஏன் பயன்படுத்துகிறீர்கள் என்பதை விளக்க முயற்சிப்பதைக் காட்டிலும் அதைத் தவிர்த்துவிடுவதே நல்லது.

நிறைய டெக்கிகள் ஆர்எஸ்எஸ்-ல் இருக்கிறார்கள். உங்களுடைய மிகப்பெரிய சமூக ஊடக கட்டமைப்பிற்கு அது உதவியிருக்கிறதா?

நிச்சயமாக யாருக்கும் இதுபற்றித் தெரியாது, ஆனால் ஆரம்பத்தில் எங்களுடைய சொந்த தொழில்நுட்ப தேவைகள் அனைத்தையும் பெங்களூரைச் சேர்ந்த ஷாகாவினரே பூர்த்திசெய்தார்கள். முதல் ஐடி ஷாகா இந்தியாவின் ஐடி தலைநகரான பெங்களூரில்தான் தொடங்கப்பட்டது.

நீங்கள் ஏன் அதை ஐடி ஷாகா என்கிறீர்கள், அதற்கென்ன அர்த்தம்?

ஐடி ஷாகா என்பது ஐடி தொழில்முறையாளர்கள் ஒன்றுகூடுகின்ற இடம். இந்தக் கருத்தாக்கம் 2001 ஆரம்பத்தில் உருவானது; அது ஒரு மிகவும் முன்னேறிய விஷயம். இது நீங்கள் பூங்காக்களில் பயிற்சி செய்கிறவர்களாக பார்க்கின்ற வழக்கமான ஷாகா கிடையாது. ஐடி ஷாகாக்கள் வெளிப்புற மைதானங்களில் கூட வேண்டும் என்ற அவசியமில்லை. பத்து முதல் ஐம்பது ஆண்கள், சிலபோது பெண்கள், இருக்கின்ற ஒரு ஐடி நிறுவனத்தில் அவர்கள் உணவகத்திலேயே ஐடி ஷாகாவை நடத்தலாம், தேசிய பிரச்சினைகள் பற்றி விவாதம் நடத்தலாம். அவர்கள்தான் எங்கள் ஆட்கள்.

அத்துடன் நானும் சென்று அவர்களுடன் பேசுவேன். நான் அங்கே சென்று ஐந்தாறு பேர்களை சேர்த்துக்கொண்டு அவர்களுடன் விவாதங்களை நடத்தியிருக்கிறேன். பெண்களும் இதில் பங்கேற்றார்கள் என்பதுதான் சுவாரஸியம். இப்போது அது எல்லா மையங்களிலுமே பரவியிருக்கிறது. உண்மையில், குர்கானில் நிறைய ஐடி ஷாகாக்கள் இருக்கின்றன. இதுதான் ஆர்எஸ்எஸ்-ன் மிகவும் சுவாரஸியமான கரம், ஐடி கரம்.

டிவிட்டரின் எதிரொலிக்கும் அறையில் இருந்து, இன்னும் அதிகமான பார்வையாளர்களை இலக்காகக் கொள்ளும் வாக்குறுதியுடன், நீங்கள் முன்னதாகவே வாட்ஸ்அப்பிற்கும் சென்றுவிட்டீர்கள் அல்லவா?

ஆமாம், நிச்சயமாக, கூடவே ஆப்ஸ்களும். என்னுடைய ஆப்ஸின் மூலமாக என்னால் எட்டு மில்லியன் பேரை அடைய முடிகிறது. இது எனக்கு முற்றிலும் அர்த்தபூர்வமாகவே தெரிகிறது. இப்போது எல்லா கட்சிக் கூட்டங்களிலுமே ஒரு கடைவிரித்தும், எங்களுடைய ஆட்கள் மோடி ஆப்பை பதிவிறக்கம் செய்வதையும் உறுதிப்படுத்துகிறோம், அதனால் மில்லியன்பேர் அதைப் பதிவிறக்கம் செய்திருக்கிறார்கள். அதனால் எனக்கெதற்கு டிவிட்டர், மேலும் எனக்கு மோடி ஆப்பும் இருக்கிறது. அத்துடன், மோடி ஆப்பை பாருங்கள், சமூக ஊடகத்தில் பதிவு செய்யுங்கள் என்றுதான் நாங்கள் சொல்வோம்.

மோடியின் மதப்பற்றை வளர்ப்பது நீங்கள்தானா?

இல்லை, இல்லை. நாங்கள் இந்திய அரசாங்கப் பணியின் மதப்பற்றைத்தான் வளர்க்கிறோம். மோடி பிரதமராகிவிட்டார் அவ்வளவுதான். ஆர்எஸ்எஸ்கூட தன்னுடைய ஆப்பை உருவாக்கிக்கொண்டிருக்கிறது. அதன் வழியாக விரிவுரைகள் போன்றவற்றை ஆன்லைனில் பதிவிடுவோம்.

முடிவுரை

மற்ற எந்த அரசியல் கட்சியுடன் ஒப்பிட்டுப் பார்த்தாலும் பிஜேபியிடம்தான் நாட்டின் மிகவும் கவர்ச்சியான சமூக ஊடகப் பிரிவு இருக்கிறது. அவர்கள் ஆர்எஸ்எஸ்- உடன் சேர்ந்து மற்ற யாவருக்கும் முன்பாகவே புதிய தொழில்நுட்பத்தின் அனுகூலங்களை எடுத்துக்கொள்கிறார்கள். சமூக வலைத்தளமானது தாங்கள் எப்போதுமே மையநீரோட்ட ஊடகத்தால் புறக்கணிக்கப்பட்டிருக்கிறோம் என்று நினைத்து வந்திருக்கின்ற இந்த அமைப்புக்களின் தேவைகளுக்கும், ஆளுமைக்கும் மற்றும் வரலாற்றுத் தேவைகளுக்கும் பொருத்தமானதாக இருக்கிறது. சமூக வலைத்தளத்திடம் அவர்கள் முன்னமே காட்டிய கவனம்தான் 2014-ஆம் ஆண்டு தேர்தலில் அவர்கள் மிக அசாதாரணமாக வகையில் வெற்றிபெற காரணமாக அமைந்த காரணிகளுள் ஒன்று. இன்று, இந்தப் பிரிவு ஒரு இறுக்கமான, திறன்மிக்க ஊதியம் பெறும் என்ஜினியர்களைக் கொண்டு ஊருவாக்கப்பட்டு பாதி பணம் பெறுகின்றவர்களும், மீதி தன்னார்வலர்களும் கொண்ட குழுவாக விளங்குகிறது.

ஆனால் இந்த ‘யோதாக்கள்’ ஒரு இருளார்ந்த போரை தொடுத்திருக்கிறார்கள் - எதிர்மறையான பார்வை கொண்டிருக்கும் பத்திரிக்கையாளர்கள், முஸ்லீம்கள் மற்றும் தலித்துகள் ஆகியோருடன் எதிர்க்கட்சிகளையும் உள்ளடக்கிய சிறுபான்மை சமூகத்தினரின் மாற்றுக் கண்ணோட்டத்திற்கு எதிராக நிற்கின்றனர். இப்படிப்பட்ட ஒரு சண்டை அசிங்கமானது, அதனுடைய ஆயுதங்களோ ஆபாசமான மொழி, பாலியல் நிரம்பிய கற்பனைப்பூர்வமான, வெறுக்கத்தகுந்த பொய்கள் மற்றும் வேண்டுமென்றே திரிக்கப்பட்ட புகைப்படங்கள் மற்றும் வீடியோக்கள் போன்றவையாக இருக்கின்றன.

இந்தியாவைப் பற்றிய குறிப்பிட்ட வகையில் பிரச்சினைக்குரிய விஷயம் என்னவென்றால் இந்தக் குரல்கள் மற்றும் நடத்தைகள்

எல்லாமே அதிகாரத்தின் மையப்பகுதிக்குள் நுழைந்துவிட்டன என்பதுதான். பிரதமர் மோடி முதன்மை தூற்றுநர்கள் பலரையும் டிவிட்டரில் பின்தொடர்கிறார், சகிப்பின்மைக்கு எதிராக அக்கறையுடன் குரல்கொடுக்கும் முக்கிய நடிகர்களுக்கு எதிராக பிஜேபி சமூக ஊடகம் போர் தொடுக்கிறது. எதிர்க்கட்சிகளைச் சேர்ந்த மாணவர் தலைவர்கள் திரிக்கப்பட்ட வீடியோக்களின் காரணமாக சிறையில் அடைக்கப்படுகிறார்கள். அரசாங்கத்திற்குள்ளேயே சரிபார்க்கப்பட்ட கணக்குகள் வகுப்புவாத வெறுப்புப் பேச்சுக்களை டிவீட் செய்கின்றன. முக்கிய அமைச்சர்கள் இத்தகைய கண்டனத்திற்குரிய மொழியை பொதுவிடத்தில் பயன்படுத்துகிறார்கள்.

சாதி மற்றும் வகுப்புவாத பதற்றங்களை சமூக வலைத்தளம் பெரிதுபடுத்தும் முறையைக் கண்டு நான் ரொம்பவே அச்சம் கொண்டிருக்கிறேன். குறிப்பிட்டு சொல்ல வேண்டும் என்றால் குஜராத், உனாவில் நடந்த சம்பவமும் ஒரு உதாரணம். அங்கே தலித் சமூகத்தைச் சேர்ந்த ஏழு பேர் இறந்த பசுவின் தோலை உரித்தமைக்காக மெதுவான, களியாட்டம் மிக்க வன்முறைச் சடங்குடன் அடித்து துவைக்கப்பட்டதானது படம்பிடிக்கப்பட்டு அந்த சம்பவத்தை நிகழ்த்தியவர்களால் சமூக ஊடகத்தில் பதிவேற்றம் செய்யப்பட்டது; தாத்ரியில் மொகம்மது அக்லாக் தூக்கில் தொங்கவிடப்பட்டது; கைரானாவைச் சேர்ந்த இந்துக்கள் வெளியேற்றப்படுவது குறித்த போலிச் செய்தி டிரெண்டிங் ஆவது; கலவரத்தை தூண்டும் வகையில் பசு கொல்லப்படும் பாகிஸ்தான் வீடியோவை மோடி பக்தர்கள் பகிர்ந்துகொள்வது ஆகியவற்றையும் எடுத்துக்கொள்ளலாம். இதற்கு அடுத்து வந்த வருடங்களில் மோடி-ஷா ஜோடியினருக்கு மூன்று முக்கியமான தேர்தல்கள் வந்தன, இதில் எல்லாவகையான போர்களுக்கும் தாயகமான உத்திரப் பிரதேசத்தில் அவர்கள் வென்றாக வேண்டியிருந்ததும் அடக்கம். மோடிக்கும் இரண்டாவதான ஒரு சந்தர்ப்பம் தேவைப்பட்டது. இந்த இலக்குகள் எல்லாம்தான் பதற்றத்தை தூண்டுவதற்கான சந்தர்ப்பங்களையும் காரணங்களையும் அந்தக் கட்சிக்கு கொடுக்கக்கூடியவையாக அமைந்தன. இதற்காகவே சமூக ஊடக சலசலப்புகள் மிக முக்கிய பங்காற்றின.

எதிர்காலம் என்ன வைத்திருக்கும்? மிக மோசமான செய்திதான் என்று நான் பயப்படுகிறேன். பிஜேபி-யின் சமூக ஊடகப் பிரிவானது உணவுமுறை, காஷ்மீர் மற்றும் பழங்குடி உரிமைகள் குறித்த விவகாரங்களின் அந்தக் கட்சியின் உலகளாவிய கண்ணோட்டத்தை

ஆதரிக்காத குடிமக்களை தாக்குகின்ற ஒரு மிகப்பெரிய அரக்கனாக உருமாறுவதற்கான சாத்தியங்களைக் கொண்டிருக்கிறது. நமக்கு முன்னால் இருக்கும் ஆபத்துகள் குறித்து நம்முடைய கண்களை திறக்க வேண்டிய நேரம் இதுதான்.

பின்னிணைப்பு 1

பிரதமர் மோடியால் பின்தொடரப்படும் ட்ரால்கள்

பெயர்	நிர்வகிப்பு
1. Rishi Bagree	@rishibagree
2. Gita S. Kapoor	@GitaSKapoor
3. Mahaveer	@MahaveerM_
4. Gaurav Pradhan	@DrGPradhan
5. Rahul Raj	@bhak_sala
6. Mirror of India	@anilkapur_
7. Amit Shah Army	@AmitShahArmy
8. Who slapped whom	@bwoyblunder
9. Ankit (in Hindi)	@indiantweeter
10. Nikunj Sahu	@NikunjSahu
11. Gitika [in Hindi]	@ggiittiikkaa
12. Tajinder Pal Singh	@TajinderBagga Bagga
13. Suresh Nakhua	@sureshnakhua
14. Hindu Defence	@HDLindiaOrg League

15. Hindu Defence	@HDL_GlobalLeague
16. Niraj #HDL	@Nir_27
17. harshkushwaha	@harshkushwaha10#HDL
18. MaHak #HDL	@mahakbhawani
19. Shilpi Tewari	@shilpitewari
20. Priti Gandhi	@MrsGandhi
21. Prashant	@VAJR
22. Anil Kohli	@anilkohli54
23. AshDebey_	@AshDubey_
24. Saint ChopdaSaab	@Chopdasaab
25. Bharat_Mata_ki_Jay	@Nations_Choice
26. Rahul Roushan	@Rahulroushan

குறிப்பு: இந்தப் புத்தகத்தை அச்சகத்திற்கு அனுப்பும் சமயத்தில் இந்தப் பட்டியல் துல்லியமானது.

பின்னிணைப்பு 2

நான் ஏஏபி-க்காக வேலை செய்கிறேன்: டிவிட்டரில் பிஜேபியை பின்தொடர்ந்து தெரிந்துகொண்டவை

அங்கித் லாலின் அறிக்கை

(மறுபதிப்பிற்காக DailyO -விற்கு நன்றி)

அங்கித் லால்

@ankitlal

ஆம் ஆத்மி கட்சியின் (ஏஏபி) ஒரு உறுப்பினராக, அதனுடைய சமூக ஊடகக் குழுவை மூன்று தேர்தல்களுக்கு வழிநடத்தியவர்களுள் ஒருவராக நான் பிஜேபியின் சமூக ஊடக வியூகத்தை மிக நெருங்கி நின்று பார்த்திருக்கிறேன்.

எல்லா வகையிலுமே அவர்களை விஞ்சுவதற்கு இருமடங்கு வேலை செய்ய வேண்டியிருந்தது. 2013-இல் ஒருமுறையும் 2015-இல் ஒருமுறையும், ஆனால் 2014-இல் அவர்கள் எங்களை நேரடியாக வெற்றிகொண்டார்கள்.

இருந்தாலும் கடந்த சில மாதங்களாக இந்தக் கட்சிக்காக சில நீண்டகால திட்டப்பணிகளில் வேலை செய்வதில் நான் என்னை ஈடுபடுத்திக்கொண்டிருக்கிறேன். என்னுடைய ஆலோசனைத் தொழிலை நடத்திக்கொண்டிருப்பதற்கும் மேலாக இந்திய சமூக ஊடகம் என்ற புத்தகத்தை எழுதுவதிலும் நான் ஈடுபட்டிருக்கிறேன்.

ஆனாலும் எனக்கு டிவிட்டரில் இருக்க நேரம் கிடைக்கிறது. டிவீட் செய்வதுதான் என்னுடைய பலம் மிகுந்த பகுதி என்பதுடன் நான் அதை மகிழ்ச்சியாக செய்யவில்லை என்றும் சொல்ல மாட்டேன்.

மிகச் சமீபத்தில், பிஜேபி தன்னுடைய சமூக ஊடக வியூகத்தை மாற்றிக்கொண்டிருப்பதை நான் கவனித்தேன். டிவிட்டரில் அவர்களுடைய சில பழைய அர்ப்பணிப்புமிக்க ஆதரவாளர்களும்கூட மௌனித்திருக்கின்றனர்.

உண்மையில், ஆம் ஆத்மி கட்சி அல்லது அர்விந்த் கெஜ்ரிவாலுக்கு எதிராக அவர்கள் டிவீட் செய்ய ஆரம்பித்தபோதே பலதரப்பட்ட பயனர்களும் ஒரே உள்ளடக்கத்தை பயன்படுத்துவதை நான் பார்த்திருக்கிறேன். சில செய்தித் தளங்களும்கூட இதை சுட்டிக்காட்டியிருக்கின்றன.

சில மாலைப்பொழுதுகளுக்கு முன்பாக நானும் என்னுடைய கூட்டாளி சரண்ஜீத்தும் அன்றைய பொழுதின் பெரும் வேலைக்குப் பின்னர் அரட்டையில் அமர்ந்தோம். எங்களுடைய டேட்டா பகுப்பாய்வு சாதனங்களுள் ஒன்றை சரண் இயக்கிக் கொண்டிருந்த அதேநேரத்தில் நம்முடைய மரியாதைக்குரிய பிரதமர் நரேந்திர மோடி கத்தாருக்கு வருகை புரிந்திருக்கிறார். டிவிட்டரில் #ModiInQatar என்பதுதான் அப்போது இந்தியாவில் முதன்மை டிரெண்டாக இருந்தது.

எங்களுடைய சாதனத்தில் அவர் #ModiInQatar என்று உள்ளீடு செய்தபோது அதில் சில குறிப்பிட்ட விஷயங்கள் இருப்பதை அவர் கண்டுகொண்டார். இது சற்றே தொழில்நுட்பம் சார்ந்தது என்றாலும் இதை என்னால் முடிந்தவரை விளக்கியிருக்கிறேன்.

கவனிக்கவும்: இந்தக் கட்டுரையில் பயன்படுத்தப்பட்டிருக்கும் எல்லா டேட்டாவும் பொதுநிலையில் கிடைக்கக்கூடியவை என்பதுடன் ஆய்வுக்கும் உட்படுத்த முடியும்.

#ModiInQatar என்பதற்கான 'மிகவும் துடிப்பான பயனர்கள்' என்ற பட்டியலை ஆராயும்போது தோன்றிய பெரும்பாலான கணக்குகள் பாதுகாப்பு சேவைகள் என்று வந்தன!

பாதுகாப்பு சேவைகளா? சுவாரஸியமாக இருக்கிறதே.

நாங்கள் அந்த டிவீட்டுகள் எங்கிருந்து உருவாகின்றன என்ற 'ஹீட்மேப்பை' பார்க்கத் தீர்மானித்தோம். ஆனால் நிறைய கண்டுபிடிக்க முடியவில்லை.

ஆம், நிறைய டிவீட்டுகள் ஐக்கிய அமீரகத்தில் இருந்தே வந்திருந்தன.

இதுவே எங்களுக்கு ஆர்வத்தைத் தூண்ட போதுமானதாக இருந்தது. அதனால் டிரெண்டிங் ஆகிவிரும் மற்ற ஹேஷ்டேக்குகளையும் கவனிப்பதென்று நாங்கள் முடிவெடுத்தோம். அதில் முதலாவது #UdtaKejriFundsUdtaPunjab.

பெரும்பாலான துடிப்புமிக்க டிவிட்டர் பயனர்களைப் பார்த்தபோது அவர்களில் பல பயனர்களும் ஒரேவிதமான உள்ளடக்கத்தையே டிவீட் செய்திருந்தார்கள் என்பதற்கும் மேலாக ஆர்வத்தை தூண்டக்கூடிய ஒற்றுமை இருப்பதைப் பார்த்தோம்,

அவர்கள் எல்லோருக்கும் ஒருசில பின்தொடர்நர்கள் மட்டுமே இருந்தார்கள். சிலருக்கு நான்குபேர் மட்டுமே இருக்க, அதிகபட்சமாக 158 பேர் 1.2 கிலோபைட் சார்ந்த டிவீட்டுகளை மட்டுமே செய்திருந்தார்கள்.

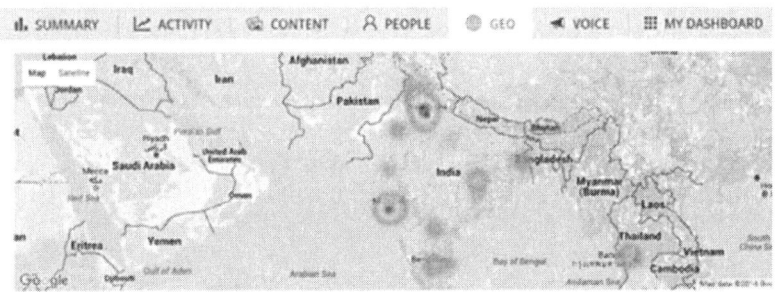

சுருக்கமாக கூறினால், சிலரோ அல்லது ஏதோ ஒரு அமைப்போ 150 பயனர்களை உருவாக்கியிருந்தது. அவர்களுக்கு தற்போக்கான முறையில் சில பின்தொடர்நர்களே இருந்தார்கள் என்பதுடன் மொத்தத்தில் 1.2 கிலோபைட் டிவீட்டுகளை மட்டுமே செய்திருந்தார்கள்.

#UdtaKejriFundsUdta...

TOP LOCATIONS

1. Delhi	65
2. Mumbai	43
3. Suphan Buri	21
4. Gurgaon	19
5. Bangalore	17
6. Mānsa	12
7. Pune	9
8. Merta	9
9. Hyderabad	9
10. Navi Mumbai	9

இதில் சுவாரஸியம் என்னவென்றால், இந்தப் பயனர்களில் பலருக்கும் பஞ்சாபி/சீக்கிய பெயர்கள் இருந்தன. ஏனென்றால் ஏஏபி பஞ்சாப் தேர்தல்களில் வலுவாக போட்டியிட்டது, அகாலி-பிஜேபி கூட்டை வைத்துப் பார்க்கப்போனால் பஞ்சாப் மக்கள் அர்விந்த கெஜ்ரிவால் மற்றும் ஏஏபி-க்கு எதிராக டிவீட் செய்து வருகின்றனர் என்பது போன்ற 'கருத்தாக்கத்தை' யாரோ உருவாக்க முயற்சித்துக்கொண்டிருந்தார்கள் என்பதை நான் கண்டுபிடித்தேன்.

ஆனால், இங்குதான் விஷயம் இன்னும் சுவாரஸியம் பெறுகிறது.

இப்போது அந்த ஹீட்மேப்பை நான் பார்க்கும்போது மற்ற எல்லா இடங்களைக் காட்டிலும் அந்த டிவீட்டுகளில் பலவும் தாய்லாந்தில் இருந்தே வந்திருந்தன.

பக்தர்களில் பலரும் தாய்லாந்து கடற்கரைகளில் என்னதான் செய்து கொண்டிருக்கிறார்கள்?

நான் அந்த இடத்தை நெருங்கிப் பார்க்கும்போது அந்தப் பயனர்கள் மத்திய தாய்லாந்து மாகாணமான சுபான் பூரியில் இருந்து டிவீட் செய்வதைக் கண்டுபிடித்தேன். அது முன்னணி இடங்களில் மூன்றாவது இடத்தில் இருந்தது.

இச்சமயத்தில், மோடிஜி ஆப்கானிஸ்தான், கத்தார், ஸ்விட்சர்லாந்து, அமெரிக்கா மற்றும் மெக்ஸிகோவிற்கு செல்லும் சுற்றுலாவின் நடுவில் இருந்தார். என்னதான் நடக்கிறது என்பதைப் பார்க்க அந்த ஒவ்வொரு பயணத்தையும் சுற்றிவந்த ஹேஷ்டேக்குகளை கண்டுபிடிக்க நான் முடிவு செய்தேன்.

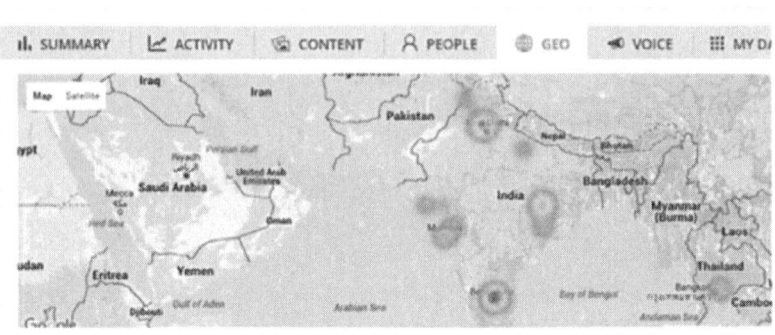

அவர் ஸ்விட்சர்லாந்தை சுற்றிவரும்போது #ModiInSwitzerland என்ற ஹேஷ்டேக்கை நான் ஆராயத் தொடங்கினேன்.

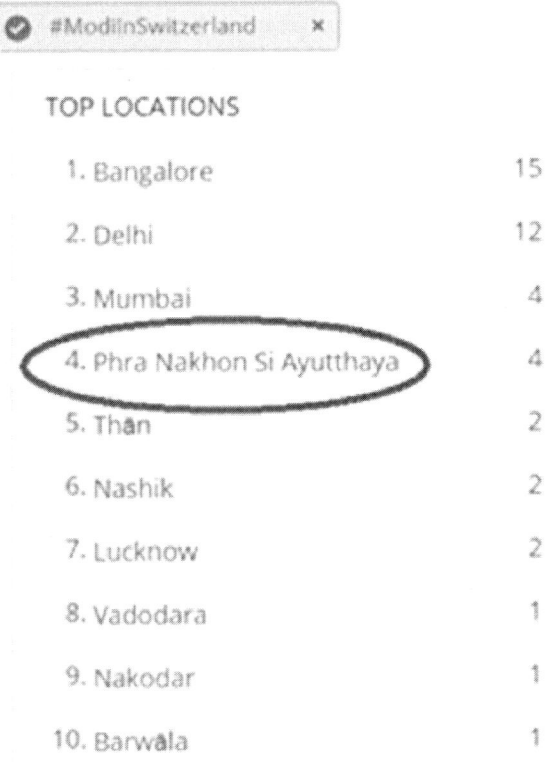

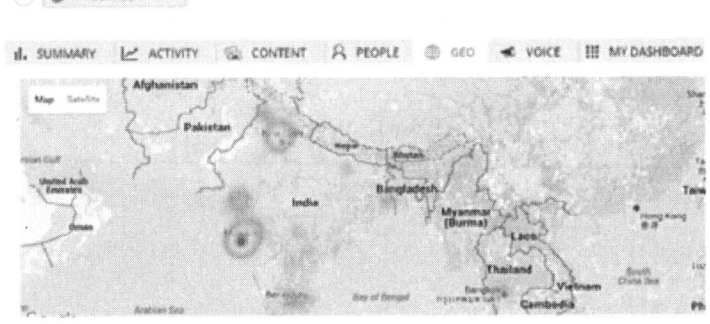

#ModiInSwitzerland

TOP LOCATIONS

1.	Bangalore	15
2.	Delhi	12
3.	Mumbai	4
4.	Phra Nakhon Si Ayutthaya	4
5.	Thān	2
6.	Nashik	2
7.	Lucknow	2
8.	Vadodara	1
9.	Nakodar	1
10.	Barwāla	1

இதில், இதனுடைய முன்னணி பயனர்கள் எல்லோருமே பழைய பிஜேபியை பின்தொடர்ந்தவர்கள் என்பதைக் கண்டுபிடித்தேன். கடந்த சில வருடங்களில் என்னைத் தொடர்ச்சியாக தூற்றி வந்தவர்கள் என்பதால் அவர்களில் சிலரை எனக்குத் தெரிந்திருந்தது. அவர்கள் முறையாக பின்தொடர்ந்தார்கள், ஆனால் இங்கே மீண்டும் ஒருமுறை அந்த ஹீட்மேட் அந்த டிவீட்டுகளுக்கான மையம் தாய்லாந்து என்பதை சுட்டிக்காட்டியது.

ஆனாலும், இந்தமுறை அந்த இடம் ஒரு புதிய இடத்தைக் காட்டியது. அது இந்த இடவமைப்புகளில் நான்காவது இடத்தைப் பிடித்திருக்கும் மத்திய தாய்லாந்தின் மற்றொரு மாகாணமான ப்ரா நகோன் சை அயூத்தயா. இதற்கு முன்பு இந்த இடத்தைப் பற்றி நான் கேள்விப்பட்டதில்லை என்பதுடன் அது இடம்தானா என்பதைக் கண்டுபிடிக்கவே நான் கூகுளில் தேட வேண்டியிருந்தது.

பிறகு மோடிஜி அமெரிக்காவிற்கு சென்றார். முதலில் நான் அதற்கான #ModiInUS என்ற ஹேஷ்டேக்கைதான் ஆராய்ந்தேன். அதற்கும் தாய்லாந்தில் இருந்து சில டிவீட்டுகள் வந்திருந்தன. ஆனால் உறுதியான எண்ணிக்கை தெரியவில்லை. அதனால் நான் #ModiInUSA என்ற ஹேஷ்டேக்கை ஆராய்ந்தேன்.

#ModiInUSA ×

TOP LOCATIONS

1. Mumbai	30
2. Delhi	17
3. Nashik	7
4. Sarkhej	4
5. Bangalore	4
6. Kolkata	3
7. Chennai	2
8. Hyderabad	2
9. Ghāzipur	2
10. Suphan Buri	2

இங்கு மறுபடியும் "சுபான் பூரியே" தோன்றியது. ஆனால் அது பத்தாவது இடத்தில் இருந்தது. அமெரிக்க பயணத்தைப் பற்றி ஏற்கனவே பேசப்பட்டுவிட்டது என்பதும் அதை நெருக்க வேண்டியிருக்கவில்லை என்பதையும் பற்றி ஆச்சரியப்பட ஏதுமில்லை. பயணத்தின் கடைசி சுற்றாக மோடிஜி மெக்ஸிகோவிற்கு சென்றார்.

அப்போது #ModiInMexico என்ற ஹேஷ்டேக் டிரெண்டிங் ஆனது, அந்த வருகையின் முடிவில் நான் அதன் டேட்டாவை ஆராய்ந்தேன். மறுபடியும், ஹீட்மேப்பில் தாய்லாந்தே தோன்றியது.

இந்த விஷயத்தைப் பற்றி டிவீட் செய்திருக்கும் இடங்களின் பட்டியலில் மறுபடியும் சுபான் பூரியே நான்காவது இடத்தில் இருந்தது.

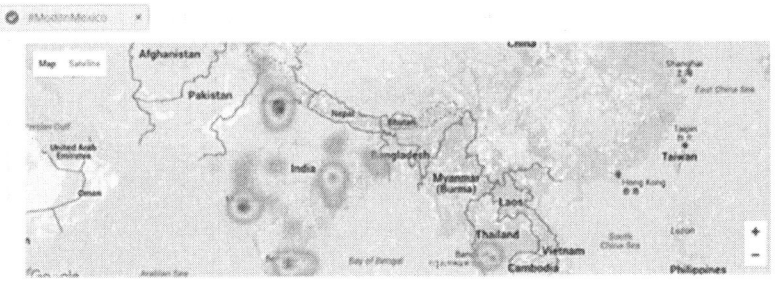

என்னிடம் தோன்றிய கேள்வி என்னவென்றால், தாய்லாந்து மக்கள்தான் நிஜமாகவே மோடியிடம் அதிகம் ஆர்வம் காட்டுகிறார்களா அல்லது மோடியை மட்டுமே அதிகப்படியாக விரும்புகின்ற இந்திய மக்கள்தான் அங்கு இருக்கிறார்களா?

அந்த இரண்டுமே உண்மை அல்ல என்பதை ஒரு சிறிய ஆய்வே குறிப்பிட்டது.

தாய்லாந்தில் இந்த காலகட்டத்தின்போது டிவிட்டரில் மிகவும் பேசப்பட்ட விஷயம் என்றால் மூப்படைந்த அவர்களுடைய அரசருக்கு செய்யப்பட்ட அறுவை சிகிச்சைதான் என்பதுடன் அந்த இரண்டு மாகாணங்களிலுமே குறிப்பிடத்தகுந்த இந்திய மக்கள்தொகை எதுவுமில்லை.

அப்படியென்றால் என்னதான் இது?

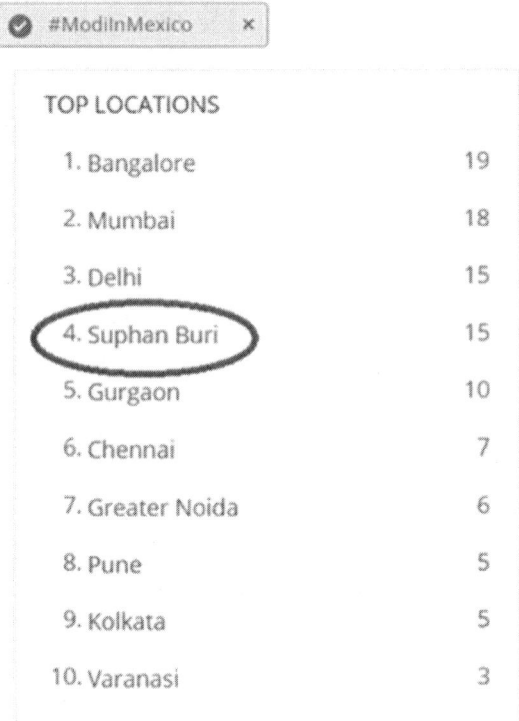

உலகளாவிய ஆர்வமில்லாத ஹேஷ்டேக்கை பிஜேபி டிரெண்டிங் ஆக்கச் செய்யும் நேரத்திற்காக நான் காத்திருந்தேன். சீக்கிரத்திலேயே, #TransformingIndia டிரெண்டிங் ஆகத் தொடங்கியது.

பிஜேபிதான் இதை டிரெண்ட் ஆக்குகிறது என்பது எனக்கெப்படித் தெரியும்? பிரதமரே தன்னுடைய கணக்கிற்கான ஹேஷ்டேக்காக இதை பயன்படுத்துவதால்தான்.

என்னுடைய ஆய்வுமுறையை நான் தொடங்கினேன்.

அந்த ஹீட்மேப் மறுபடியும் பெரும்பாலான டிவீட்டுகள் தோன்றிய முக்கிய இடங்களுள் தாய்லாந்தும் ஒன்று எனக் காட்டியது.

இதற்கு முன்பு நான் ஆராய்ந்த மற்ற ஹேஷ்டேக்குகளைக் காட்டிலும் இந்த ஹேஷ்டேக் மிகவும் சுவாரஸியமானது. இங்கே, பிரமரின் அதிகாரப்பூர்வக் கணக்கான @PMOIndia மற்றும் அவருடைய அமைச்சர்களான ஸ்மிருதி இரானி, ராஜ்நாத் சிங் மற்றும் மனோகர் பாரிக்கர் ஆகியோரும்கூட டிவீட் செய்திருந்தனர்.

#transformingIndia

TOP LOCATIONS

1. Bangalore	40
2. Delhi	33
3. Suphan Buri	33
4. Kolkata	23
5. Muzaffarnagar	14
6. Bharatpur	12
7. Pune	7
8. Mumbai	6
9. Phra Nakhon Si Ayutthaya	6
10. Ghaziabad	5

இந்த டிவீட்டுகள் எங்கிருந்து வந்தன என்பதை நான் கண்டுபிடிக்க முயற்சித்தேன். எதிர்பார்த்தது போலவே 'சுபான் பூரி' முன்னணி இடங்களுள் ஒன்றாக இருந்தது, இந்தமுறை பெருமைப்படத்தக்க வகையில் அது 3-வது இடத்தில் இருந்தது. 'ப்ரா நகான் சை அயூத்தயா' 9-வது இடத்தில் இருந்தது.

அப்படியென்றால் இதற்கெல்லாம் என்னதான் அர்த்தம்? மோடிஜிக்கும் பிஜேபி-க்கும் டிவீட் செய்யக்கூடிய உண்மையான ஆதரவாளர்களே இல்லையா என்ன?

மிக நிச்சயமாக சிலர் இருக்கிறார்கள்தான். ஆனால் இந்த இடங்களைக் குறிப்பிடும் அளவுகள் முன்னணி பட்டியலில் தொடர்ந்து தோன்றுவதை வைத்துப் பார்த்தால் தற்செயல் பின்தொடர்நர்கள் ஒன்றுகூடுவது அவ்வளவு சுலபம் அல்ல என்றே தோன்றுகிறது.

இதற்கு இரண்டு சாத்தியமுள்ள விளக்கங்கள் மட்டுமே இருக்கின்றன:

a) சுலபமான விளக்கம்: பிஜேபி தலைவர்களோ அல்லது அவர்களின் ஆதரவாளர்களோ தங்களுடைய இடம் மற்றும் அடையாளத்தை மறைக்க விபிஎன்-ஐ (Virtual Private Network) பயன்படுத்துகிறார்கள். இந்தச் சுவற்றிற்கு பின்னால் மறைந்தபடி தொடர்ந்து போலி நிர்வகிப்புகளை உருவாக்கி பிஜேபி ஹேஷ்டேக்குகளுக்கு உதவுகிறார்கள். இதுவே #UdtaKejriFundsUdtaPunjab போன்ற ஹேஷ்டேக்குகளுக்கு ஒரேவிதமான உள்ளடக்கம் பயன்படுத்தப்படுவதைக் காட்டுகிறது. அவர்களுடைய உண்மையான ஆதரவாளர்கள் மௌனித்துவிட்டார்கள் என்பதையும் இது குறிக்கிறது.

b) இருளார்ந்த விளக்கம்: தங்களுடைய அருவருப்பான வேலையை செய்வதற்கு பிஜேபி தாய்லாந்தில் இருக்கும் ஏதோ ஒரு மார்க்கெட்டிங் நிறுவனத்தை வேலைக்கு அமர்த்தியிருக்கிறது. இதில் போலிப் பயனர்களை உருவாக்குதல், பிற கட்சிகளின் தலைவர்களை தூற்றுதல் மற்றும் அர்விந்த் கெஜ்ரிவால் போன்ற தலைவர்களுக்கு எதிராக எதிர்மறையான கருத்துகளை உருவாக்குதல் ஆகியவையும் அடங்கும்.

பின்னதுதான் உண்மை என்றால், இந்தச் சூழ்நிலை மிகவும் ஆபத்தானது என்பதுடன் ஆன்லைனில் உள்ள தங்களுடைய ஆதரவுத் தளம் காலியாகிவிட்டது என்பதை பிஜேபியே ஏற்றுக்கொள்கிறது என்பதைத்தான் குறிக்கிறது என்பதுடன் அதற்கு இப்போது சேதக் கட்டுப்பாட்டு நிலைக்கு சென்றுவிட்டார்கள் என்பதையும் காட்டுகிறது.

மிகவும் தெளிவாகத் தெரிகின்ற ஒரு விஷயம் என்னவென்றால் பிஜேபி ஒரு விஷயத்தை தெளிவுபடுத்தியாக வேண்டும் என்பதுதான். நான் இதை கவனிக்கும்படி ஐடி அமைச்சர் ரவிசங்கர் பிரசாத்தை வலியுறுத்தினேன். இதுவும்கூட #DigitalIndia முன்னெடுப்பின் ஒரு பகுதிதானா என்பது குறித்து அவரால் விளக்க முடியலாமோ?

படிப்பதற்கான பரிந்துரைகள்

'JNU videos doctored: Forensic report; Smriti Irani's aide Shilpi Tewari under lens'

http://economictimes.indiatimes.com/news/politics-and-nation/jnu-videos-doctored-forensic-report-smriti-iranis-aide-shilpi-tewariunder-lens/articleshow/51232360.cms

'Shilpi Tiwari, Irani's close aide is the latest to face the JNU heat'

http://www.hindustantimes.com/india/shilpitiwari-smriti-irani-s-close-aide-is-the-latestvictim-in-jnu-row/story-mFS9jFnNiHodch9hcQaSMI.html

'JNU: Forensic lab finds Kanhaiya videos doctored, Irani's aide faces heat online'

http://www.thenewsminute.com/article/jnuforensic-lab-finds-kanhaiya-videos-doctorediranis-aide-faces-heat-online-39661

நன்றிகள்

என்னுடைய தொழில்வாழ்க்கையில் நான் மேற்கொண்டதிலேயே மிகப்பெரிய விசாரணை இதுதான். இதற்காக எனக்கு இரண்டு வருடங்கள் எடுத்தன, நிறைய நேர்காணல்களையும் செய்ய வேண்டியிருந்தது. பின்வருபவை அல்லாமல் இது எதுவும் எனக்கு சாத்தியமாகியிருக்காது:

ராம் மகாதேவ், ஆர்எஸ்எஸ் மற்றும் பிஜேபியின் சமூக ஊடகத்தைப் பற்றிய பரந்தகன்ற கண்ணோட்டம் குறித்து ஆழ்ந்த விவரத்தையும் கூர்நோக்குப் பார்வையும் குறித்து எனக்கு ஒரு விரிவான நேர்காணல் அளித்து பேசியிருக்கிறார்.

அருண் ஷோரி, எப்போதுமே தன்னுடைய சுயநலமின்மையைக் காட்டி தன்னுடைய அனுபவத்தைப் பற்றி பேசிய, தன்னுடைய கூர்மையான பார்வையை பகிர்ந்துகொண்டவர்.

முன்னாள் தலைமைத் தேர்தல் ஆணையர் எஸ்.ஓய்.குரேஷி, பொறுமையாகவும் மிக விரிவாகவும் ஒரு அரசியல் தந்திரமாக சமூக ஊடகம் தூண்டப்படுவதை நிறுத்த தான் விரும்பியது குறித்து பேசியவர்.

முன்னாள் எம்பியும், இந்தியன் எக்ஸ்பிரஸ், ஹிந்துஸ்தான் டைம்ஸ் மற்றும் டைம்ஸ் ஆஃப் இந்தியாவின் ஆசிரியராகவும் இரு ஹெச்.கே.துவா, ஆர்எஸ்எஸ் எப்படி செயல்படுகிறது என்பது பற்றிய தன்னுடைய மதிப்புமிக்க பார்வையை பகிர்ந்துகொண்டார்.

அங்கித் லால், ஏஏபி பற்றிய கூர்நோக்கையும், பிஜேபியுடன் தான் மேற்கொண்ட பெரிய சண்டையையும் எனக்கு சொன்னவர்; மற்றும் அவருடைய ஆய்வுக்கு உதவிய சித்தார்த் பாஸ்கர்.

அபிஸார் ஷர்மா, ஒரு மின்னஞ்சல் நேர்காணலில் துணிச்சலாக பேசியவர்.

திலீப் செரியன், மக்கள் தொடர்புத்துறையில் உள்ள பெரும்பாலானவர்கள் ஆழ்ந்த அமைதி காப்பது பற்றி பேசியவர்.

உள்துறை அமைச்சகத்தின் மூத்த அதிகாரிகள், உளவுத்துறை, தொலைத்தொடர்புத் துறை, தகவல்தொடர்பு மற்றும் ஐடி அமைச்சகம், தகவல் ஒளிபரப்புத்துறை அமைச்சகம் மற்றும் நிதியமைச்சகம் ஆகியவை அரசாங்கத்தின் சமூக ஊடக வெளியில் என்ன நடக்கிறது என்பது குறித்த உள்விவரங்களையும், சில முக்கியமான ஆவணங்கள் மற்றும் பின்பற்ற வேண்டிய விஷயங்களையும் கொடுத்தார்கள்.

ட்ரால்களின் உலகத்தில் நுழைவதற்கான வாய்ப்பையும், அறிமுகப்படுத்தி சந்திப்புகளுக்கு ஏற்பாடு செய்த, தங்கள் வழியில் இருந்து விலகியிருந்த பிஜேபி மற்றும் ஆர்எஸ்எஸ் தலைவர்கள்.

என்னுடைய ட்ரால்களுக்கும் என்னைச் சந்தித்துப் பேச சம்மதித்தமைக்கு நன்றிகள். உங்களுடைய அடையாளத்தை நான் வெளிப்படுத்த மாட்டேன் என்பதுடன் என்னுடைய வார்த்தைகளில் உறுதியாக இருப்பேன் என்று நான் உங்களுக்கு வாக்குறுதி அளிக்கிறேன்.

இறுதியாக, சாதவி கோஸ்லாவின் துணிச்சலும் குணமும் உத்வேகம் அளிப்பவை மட்டுமல்ல, அவையே இந்த விசாரணைக்கு மையப்பகுதியாக இருந்திருக்கின்றன. நம்முடைய வாழ்க்கையில் நம்மில் பலரும் தவறான பாதைக்கு சென்றுவிடுகிறோம்; சிலருக்கு மட்டுமே அதை சரிசெய்யும் வலிமை இருக்கிறது.